การเดินทางไปสู่ภูผา: การปีน

เฝ้าเดี่ยว

JOURNEY TO THE ROCK: THE CLIMB - THAI

ALL NATIONS INTERNATIONAL

แปลโดย:
บุษบา พัฒนวิโรจน์

ศาสนาจารย์ แอ็กเนส ไอ. นูเมอร์ - Rev. Agnes I Numer

Revs. Gordon & Teresa Skinner

Special contributions: A. Flores, F. Metchie, S. Alanwoko

Illustrated by: Rebecca Brogan, Larry Cole, David Chika Onoh, Jackson Muthoni, George Thomas

For more information: is58mti@gmail.com

พระคัมภีร์ไทย ฉบับ 1971

Seldom Seen Press

"ถ้าไม่ได้ปลูกพืชที่เธอต้องการ บนไร่ของเธอ - พืชบาง
อย่างที่เธอไม่ต้องการ ก็จะเติบโต และทำให้พืชที่เธอปลูก
นั้นหายใจไม่ออก"

และเช่นกัน แม้ว่าเธอจะปลูกพืชที่ต้องการ และไม่ได้ดูแล
มันอย่างดี บางสิ่งที่เธอไม่ต้องการจะเติบโตขึ้น และทำให้
พืชที่ปลูกอยู่นั้น หายใจไม่ออก

F. METCHIE

จงมองหาลูกศร: คำถาม, ปริศนา และข้อมูล
พิเศษ

🔒 คำตอบอยู่ที่ด้านหลังของหนังสือเล่มนี้

CONTENTS

เหตุใดเราจึงเรียกสิ่งนี้ว่า "การปีน"

เมื่อเราได้ขอร้องพระเยซูให้เข้ามาในหัวใจของเรา และเริ่มมีความ
สัมพันธ์กับพระองค์ มันมีความหวานชื่น เราเรียกหา และพระองค์ก็
ตอบ แต่เราไม่สามารถอยู่กับที่ได้ เราต้องมุ่งหน้าไปรับทั้งหมดที่
พระเยซูมีและเตรียมไว้ให้กับเรา เราต้องเป็นตัวแทน และสาธิต
ความรักของพระองค์ต่อผู้อื่น นี่เป็นกระบวนการและจะต้องมีการ
ก้าวออกไป ซึ่งเหมือนกันมากกับแพะภูเขา ที่ต้องปีนขึ้นไปบนภูเขา
สักลูก ในขณะที่เติบโตเป็นผู้ใหญ่เราจะเรียนรู้เพื่อวางรากฐานที่
มั่นคง และเรียนรู้จากความผิดของเรา และยังเรียนรู้ถึงความเห็น
อกเห็นใจต่อผู้อื่น เราได้รวบรวมหลักการพื้นฐานห้าข้อ เพื่อช่วย
คุณบน **การเดินทางไปสู่ภูผา** ใครคือ "ภูผา" หรือ?

— พระเยซูคือภูผานั่นเอง ...

เราจะสำแดงความรักของพระเจ้าได้
อย่างไร?

เราได้ยินเสียงของพระเจ้า เพื่อที่จะรู้ได้อย่างไรถึงความต้องการ
ของผู้อื่น? แม้ว่า สิ่งที่เกิดขึ้นนั้น เราไม่ได้ "รู้สึก" ถึงความรักของ
พระองค์ และเราแทบไม่เคยมีประสบการณ์ความรักของพระเจ้า
เพื่อผู้อื่นเลย

จากตรงนี้ เราจะไปถึงที่นั่นได้อย่างไร?

พระเยซูกล่าวว่า

> *ถ้าเจ้าทั้งหลายรักกันและกัน ดังนี้แหละคนทั้งปวงก็*
> *จะรู้ได้ว่าเจ้าทั้งหลายเป็นสาวกของเรา"*

ยอห์น 13:35

ประการแรก เราต้องตระหนักรู้ถึงความรัก และความห่วงใยของ
พระองค์ที่มีต่อเรา เราต้องมีประสบการณ์อัศจรรย์ที่สร้างสรรค์ของ
พระองค์ ที่มีไว้เพื่อเราทั้งหลาย เราต้องเป็นเหมือนกับพระองค์ และ
มีหัวใจแห่งความรักของพระเจ้า ซึ่งเข้ามาแทนที่หัวใจหินของเรา
ขอให้เรามาศึกษา "การปีน" ด้วยกัน

ความเป็นสุข

พวกเขาต้องชอบฉัน - อย่างที่ฉันเป็น

บางทีเราอาจจะพูดว่า “พวกเขาต้องชอบฉันอย่างที่ฉันเป็น ถ้าพวกเขาไม่ชอบ ฉันอย่างที่ฉันเป็น นั่นก็แย่หน่อย” เราจำเป็นต้องตระหนักว่า นี่คือพระเยซูผู้เปลี่ยนชีวิต เราพยายามแต่เราไม่สามารถทำได้ และคิดว่าเรากำลังเปลี่ยนแปลงชีวิต และมันแสดงให้เห็นถึงความเป็นสุขที่เรามี ในชีวิตประจำวัน นั่นคือ **วิถีทางที่เราพูดถึงกันและกัน และวิถีทางที่เราปฏิบัติต่อกันและกัน**

ขอให้เรามาแนะนำตนเองต่อองค์พระเยซูจริง ๆ

พระเยซูคริสต์ คือ ผู้ที่พระเจ้าได้ส่งเข้ามาในโลกนี้ เพราะว่าพระองค์รักโลกที่พระองค์สร้างขึ้นอย่างมากมาย – พระองค์ต้องการให้ทุกคนในโลกใบนี้มารู้จักพระบุตร คือ พระเยซู และนี่ยังคงเป็นหัวใจของพระบิดา แต่เรามองดูโลกนี้และมันยุ่งเหยิงไปหมด เมื่อพระเจ้านำคำพิพากษาเข้ามา – มันแย่ยิ่งกว่าความชุลมุนวุ่นวาย และเราจะทำอะไรกันดี?

สิ่งหนึ่งที่พระเจ้าต้องการในตัวเรา คือ เราต้อง **เป็น** เหมือนกับพระเยซู”

ความเป็นสุข สำแดงให้เราเห็นว่า เราจะเริ่มต้นที่ไหนดี

ทำไมเราจึงต้องเป็นสุข?

เราเป็นสุข เพราะว่าพระเจ้ากำลังสอนเราให้มีท่าทีที่ถูกต้อง ซึ่ง**เป็นท่าทีที่สะท้อนถึงความรักและธรรมชาติของพระองค์... ไม่ใช่**ความรักและธรรมชาติของเราเอง

มันยากสำหรับมนุษย์ที่จะมีท่าทีที่ถูกต้อง หนทางแน่นอนซึ่งเราสามารถมีท่าทีที่ถูกต้องได้ คือ มีพระเยซูอยู่ในเรา

นั่นไม่ใช่เพียงแต่มีพระเยซูในตัวเรา แต่มันคือความรักของพระองค์

...

ที่พระองค์ต้องการใส่ไว้ในเรา

เราสามารถมองเห็นสิ่งที่เรียกว่า ความรักของมนุษย์ นั่นเป็นความรักที่ไม่สมบูรณ์ – พระคัมภีร์เรียกมันว่าเนื้อหนัง หรือ ความรักแบบตัณหา* ความรักแบบมนุษย์ไม่เพียงพอที่จะเปลี่ยนท่าทีของเราได้ เราต้องมีพระเจ้าเพื่อเปลี่ยนแปลงท่าทีของเรา คุณอาจพูดว่า "เธอไม่ได้อยู่รอบ ๆ ผู้คน ที่ฉันกำลังอาศัยอยู่ด้วย เธอไม่รู้จักผู้คนที่ฉันรู้จัก" **แต่มีหนทางรักษาทางเดียว คือ พระเยซู**

ไม่ใช่เพียงแต่พระเยซูครึ่งทาง แต่เป็นพระเยซูตลอดทาง

4

ที่เราอาจจะรักได้ ด้วยความรักของพระองค์ ในทุกสิ่ง!

ความเป็นสุขมีไว้เพื่อให้เราใช้ชีวิต ไม่ใช่เป็นเพียงพระวจนะของ
พระเจ้าเพื่อให้ไปสวรรค์ แต่เพื่อให้พวกเราที่จะเจริญรอยตาม และ
ได้ใช้ชีวิตอยู่ต่อไป

ขอให้เราหยุด และมาพิจารณาดูท่าทีของเรา ดังต่อไปนี้:

**เราเป็นตัวแทนของพระเยซูหรือไม่ หรือเราเป็นตัวแทนของเนื้อหนัง
ของตนเอง**

* บางสิ่งที่เกี่ยวพันกับร่างกาย หรือเนื้อหนัง

_____

_____

_____

_____

_____

_____

_____

_____

_____

_____

_____

_____

ความเป็นสุข – พระวจนะ

เมื่อพระเยซูเห็นผู้คนตามมาเป็นจำนวนมาก พระองค์ได้ขึ้นไปบน
ภูเขา และนั่งอยู่ที่นั่น พวกศิษย์เข้ามาหาพระองค์ [2] พระองค์จึงเริ่ม
สอนพวกเขาว่า

[3] "คนที่รู้ตัวว่าต้องการพระเจ้า มีเกียรติจริงๆ

เพราะเขาได้เป็นส่วนหนึ่งในอาณาจักรแห่งสวรรค์

[4] คนที่โศกเศร้า มีเกียรติจริงๆ

เพราะพระเจ้าจะปลอบโยนเขา

[5] คนที่มีจิตใจอ่อนโยน มีเกียรติจริงๆ

เพราะพระเจ้าจะให้โลกนี้กับเขา

[6] คนที่หิวกระหายที่จะทำตามใจพระเจ้า

มีเกียรติจริงๆเพราะพระเจ้าจะทำให้เขาอิ่มใจ

[7] คนที่มีจิตใจเมตตา มีเกียรติจริงๆ

เพราะพระเจ้าจะเมตตาเขา

[8] คนที่มีจิตใจบริสุทธิ์ มีเกียรติจริงๆ

เพราะเขาจะได้เห็นพระเจ้า

[9] คนที่สร้างสันติ มีเกียรติจริง ๆ

เพราะพระเจ้าจะเรียกเขาว่าเป็นลูก

[10] คนที่โดนข่มเหงรังแกเพราะทำตามความต้องการของพระเจ้า

มีเกียรติจริงๆเพราะเขาได้เป็นส่วนหนึ่งในอาณาจักรแห่งสวรรค์

[11] คนที่โดนดูถูก โดนข่มเหงรังแก และโดนใส่ร้ายป้ายสี

เพราะติดตามเรา มีเกียรติจริงๆ

[12] ให้ดีใจและมีความสุขเถอะ เพราะพระเจ้าได้เก็บรางวัลอันยิ่งใหญ่
ไว้ให้กับคุณแล้วที่บนสวรรค์ เพราะพวกผู้พูดแทนพระเจ้าในสมัย
ก่อนก็โดนข่มเหงอย่างเดียวกับคุณนี่แหละ

พระคำนี้เหมาะสมกับเรื่องราวที่เป็นรูปภาพ
ขอให้แบ่งปันเรื่องราวด้วยคำพูดของตนเอง

ความเป็นสุขใดที่กำลังขาดหายไป?

1

4.

5.

2.   3.

?

.   7.

ผู้ที่โศกเศร้าจะได้รับการอวยพร

ที่โศกเศร้าจะได้รับการอวยพร เพราะว่าพวกเขาจะ
ได้รับการปลอบโยน

หลายครั้งที่เราต้องเผชิญกับสถานการณ์ที่ยากลำบาก

อาจจะเป็นการสูญเสียคนที่รัก สูญเสียงาน หรือบ้าน สิ่งต่าง ๆ ที่
เรารู้สึกว่า มันระบุถึงคุณค่า, ตัวตน, ความรัก และความเคารพของ
พวกเราทั้งหลาย

พระเยซูเอาใจใส่ต่อสถานการณ์เหล่านั้น และวิธีที่มันมีผลต่อชีวิต
ของเรา พระองค์รักเราและเอาใจใส่เราอย่างลึกซึ้ง พระองค์สร้าง
เราและถนอมหวงแหน อย่างกับผู้ที่พระองค์อยากจะสร้างให้เรา
เป็น

เมื่อเราเศร้าใจเกี่ยวกับการสูญเสีย เราอาจรู้สึกโกรธ หรือตรอมใจ
หรือซึมเศร้า แต่เมื่อเราตระหนักว่าพระเยซูเอาใจใส่ และมีแผน
สำหรับเราเพื่อให้ก้าวหน้าต่อไป เราก็ยอมให้หัวใจและอารมณ์ของ
เราต่อพระองค์ และยอมให้พระองค์นำคุณผ่านหุบเขานี้ ความเศร้า
โศกนี้ การสูญเสียนี้

ครั้งหนึ่ง เพื่อนผู้ให้คำปรึกษาที่ใกล้ชิดกับฉันได้เสียชีวิตลง ฉันมี
ความเศร้าโศกมากมาย และรู้สึกว่าฉันคิดถึงเธอจริง ๆ มันประหนึ่ง
ว่าฉันได้ยินคำเหล่านี้ผุดขึ้นมา คือ "ใช่ ฉันคิดถึงเธอเช่นกัน ใน
เวลาหลายปีที่ผ่านมา" ฉันได้ตระหนักว่า พระเยซูรักเพื่อนของฉัน
มากกว่าที่ฉันจะรักได้ และพระองค์คิดถึงเธอในขณะที่เธออยู่บน
โลกนี้ และตอนนี้ เธอได้ไปอยู่กับพระองค์แล้ว วันหนึ่งฉันจะไปอยู่
กับพวกเขา และเราจะอยู่ด้วยกันชั่วนิรันดร์ เราจะไม่พรากจากกัน
อีก

คุณจะใช้เวลานิรันดร์กับพระเยซูไหม? พระองค์ต้องการเช่นนั้น
พระองค์รักคุณมากกว่าที่คุณรู้เสียอีก

คุณจะยอมให้พระเยซูปลอบประโลมคุณในตอนนี้ หรือไม่?

เรื่องสั้น

ผู้ที่หิวกระหายความชอบธรรม จะได้รับการอวยพร
เพราะพวกเขาจะได้รับการเติม ให้เต็ม

เมื่อฉันพบพระเจ้าครั้งแรก ฉันรู้ว่าฉันมีปัญหา และรู้ว่าฉันไม่ใช่คน
ที่สัตย์ซื่อ และสงสัยว่าตนเองจะสามารถสัตย์ซื่อต่อพระเยซูได้หรือ
ไม่

ฉันถามศิษยาภิบาลของฉันว่า "ฉันจะเรียนรู้ที่จะเป็นคนที่เชื่อฟัง
พระเจ้าได้อย่างไร?" เธอกล่าวว่า "โดยการเชื่อฟัง" นั่นไม่ใช่คำ
ตอบที่ฉันกำลังมองหา และฉันไม่เข้าใจคำตอบของเธอเลย

แต่ในขณะที่เติบโตเป็นผู้ใหญ่ ฉันได้ตระหนักว่า พระองค์จะ
สำแดงความสัตย์ซื่อผ่านตัวเรา และในขณะที่เราเชื่อฟัง ในแต่ละ
คำขอเล็ก ๆ จากพระองค์ โดยในขณะที่เราเห็นถึงความต้องการ
ของผู้อื่น เราก็ยอม ให้พระองค์เข้ามาช่วยเหลือสำหรับความ
ต้องการเหล่านั้น ผ่านทางตัวเรา

เราจะได้เรียนรู้ถึงความสัตย์ซื่อ มีพื้นที่ใดในชีวิตของคุณหรือไม่ ที่

พระเจ้าได้ขอให้คุณกระทำบางอย่าง? และคุณจะเชื่อฟังพระองค์
อย่างไร?

เฝ้าเดี่ยว วันที่ 1
จงมาพิจารณาท่าทีของเรา

จงให้คำจำกัดความของคำเหล่านี้ จากหนังสือมัทธิว บทที่ 5

ยากจนในจิตวิญญาณ
เศร้าโศก
ถ่อมใจ
ความชอบธรรม
มีเมตตา
ผู้สร้างสันติ
ถูกข่มเหง
บริสุทธิ์ในหัวใจ

ข้อคิดภายหลัง: ขอให้เราหยุด และมาพิจารณาท่าทีของเรา: เรา
เป็นตัวแทนของพระเยซูหรือไม่ หรือเรากำลังเป็นตัวแทนของตนเอง
และมาพิจารณาท่าทีที่เป็นเนื้อหนังของเรา?

รายการบันทึกประจำวัน:

"ความเป็นสุข" ใด ที่อยู่ในชีวิตของคุณตอนนี้? เราสามารถ
รวบรวมความเป็นสุข เข้ามาในชีวิตประจำวันได้อย่างไร?

พระเจ้า พระองค์ได้กำหนดสันติสุข
ให้แก่เรา

พระเจ้า พระองค์ได้กำหนดสันติสุขให้แก่เรา

ข้าแต่พระเยโฮวาห์ พระองค์จะสถาปนาสันติภาพเพื่อข้าพระองค์ทั้งหลาย เพราะพระองค์ได้ทรงกระทำบรรดากิจการของพระองค์เพื่อข้าพระองค์เช่นเดียวกัน

ข้าแต่พระเยโฮวาห์พระเจ้าของข้าพระองค์ เจ้านายอื่นนอกเหนือพระองค์ได้ครอบครองพวกข้าพระองค์ แต่ข้าพระองค์จะกล่าวถึงพระนามของพระองค์เท่านั้น

เขาทั้งหลายตายแล้ว เขาจะไม่มีชีวิตอีก เขาเป็นชาวแดนคนตายเขาจะไม่เป็นขึ้นอีก เพราะฉะนั้นพระองค์ได้ทรงเยี่ยมเยียนและทรงทำลายเขา และทรงกวาดความระลึกถึงเขาทั้งสิ้นเสีย

อิสยาห์ 26:12-14

พระเจ้า พระองค์ กำหนดสันติสุข ให้แก่เรา ...

เหตุใดพระองค์จึงได้กล่าวเช่นนั้น? พระองค์ได้กล่าวเช่นนั้นเพราะว่าพระองค์มีน้ำพระทัยเช่นนั้น พระองค์ต้องการให้สิ่งนี้กับเรา - แต่ขึ้นอยู่กับเราที่จะรับเอาไว้ พระองค์กล่าวว่า "เราต้องการจะให้

19

เจ้ามีสันติสุข" ถ้าพระองค์ได้กำหนดสันติสุขแก่เรา ดังนั้น เรา ต้องรับเอาสันติสุขนั้นไว้ พระองค์ยังคงประดิษฐ์ขึ้น – ซึ่งนั่นคือ การสร้าง และวางรูปร่างงานทั้งหมดที่เป็นของเรา ภายในตัว เรา... พระองค์จะสร้างทุกสิ่งที่เราเป็น ถ้าเรายอมจำนนต่อ พระองค์

มันไม่ใช่ความต้องการของเรา ซึ่งให้อำนาจตัวเราที่จะมีสันติสุข - เราสามารถรับสันติสุขได้ ถ้าเราสามารถยอมรับมัน แต่ถ้าเรา กังวลแทนที่จะยอมรับสันติสุขของพระองค์ ดังนั้น เราก็จะไม่มี สันติสุข พระเจ้าอื่นได้ขโมยสันติสุขจากเราไป พระเยซูกล่าวว่า "เราให้สันติสุขแก่เจ้า" แต่ถ้าคุณไม่รับมันไว้ – เราจะรับมันได้ อย่างไร ถ้าคุณมีพระเจ้าอื่นในชีวิต คุณจะไม่มีสันติสุขในชีวิตของ คุณ

ก่อนหน้าที่เราสามารถจะมีสันติสุขของพระเจ้าได้ เราต้องทำความ สะอาดบ้าน โดยรับรู้ว่ามีพระเจ้าอื่นและละทิ้งพวกมันไป "โอ พระเจ้าของเรา พระอื่นนอกจากพระองค์ได้ครอบครองเรา แต่โดย พระองค์เท่านั้นที่เราออกพระนามของพระองค์" เราจะไม่เอ่ยชื่อพระ อื่นอีก เราจะละทิ้งพวกมัน และเราจะประกาศอย่างเป็นทางการว่า เราได้ละทิ้งพวกมันแล้ว และทันทีนั้นเอง...เราจะไม่ประกาศเป็น ทางการอีก

พระเจ้าได้พูดว่า "พวกมันตายแล้ว พวกมันจะไม่อยู่ต่อไป และมัน ถูกหยุดไว้แล้ว แล้วจะไม่ลุกขึ้นมาอีก เพราะฉะนั้น พระองค์ได้มาหา และทำลายพวกมันอย่างฉับไว และทำให้ความจำของมันจบลง" พระเจ้าได้จับพระเดิม ๆ และทำลายพวกมันเสีย! ถ้าเราเพียงแต่ ยอมให้พระเยซูจับพระเหล่านั้นไป พระเจ้าจะทำให้ความทรงจำ เกี่ยวกับมันจบสิ้นลง – เราจะไม่ต้องจดจำสิ่งเลวร้ายอีกต่อไป เราจะ มีสันติสุขของพระองค์ และพระองค์จะเปลี่ยนแปลงชีวิตของเรา และมอบสันติสุขของพระองค์แก่เรา พระเยซูพูดกับพายุว่า "สันติสุข จงสงบนิ่ง" พระวิญญาณบริสุทธิ์ได้ให้สันติสุขของ พระองค์ผ่านทางสาวก เมื่อพวกเขาปรนนิบัติผู้คน ถ้าผู้คนได้รับ

พระคำนี้สันติสุขจะยังคงอยู่ แต่ถ้าผู้คนปฏิเสธคำพูดนี้ และพระเยซูกล่าวว่า

"ขอให้ท่านปัดผงจากเท้าของเจ้าเถิด" (มัทธิว 10:13.14)

พระเยซูมอบสันติสุขนี้ให้กับเราในวันนี้ ผู้คนต้องได้รับความจริงเพื่อชีวิตของพวกเขาจะเปลี่ยนไป ถ้าปฏิเสธความจริง พวกเขาจะไม่ได้รับสันติสุขอีกต่อไป ถ้าคุณสูญเสียสันติสุข ถามตนเองว่าคุณอยู่ที่ไหนเมื่อคุณสูญเสียมันไป? และคุณกำลังทำอะไรอยู่? พระเจ้าบอกให้คุณทำอะไร? จงกลับไปยังที่นั่น และค้นหาสันติสุขของคุณอีกครั้งหนึ่ง พระเจ้ากล่าวว่า เราให้สันติสุขของเราแก่เจ้า ไม่ใช่อย่างที่โลกให้ ขอให้ใจของเจ้าอย่าเดือดร้อนเลย วางความไว้วางใจในเรา เพราะเราเป็นแสงสว่างของโลก

ถ้าเจ้าออกไปในบางที่บางแห่ง และไม่ได้รู้สึกถึงสันติสุขของพระเจ้า – จงหยุดและถามพระเจ้าว่าเกิดอะไรขึ้นเ? จงเชื่อฟังพระเจ้า เพราะคุณไม่ต้องการที่จะอยู่ในที่ ๆ พระเจ้าไม่ได้อยู่ เราต้องมีสันติสุขเพื่อที่จะเคลื่อนต่อไป และทำสิ่งที่พระเจ้าต้องการให้เรากระทำ ถ้าเรามีทั้งความจริงและการหลอกลวง นั่นคือเรามีความสับสน เราจะรู้ได้อย่างไรถึงสิ่งที่พระเจ้าต้องการให้เราทำ และเราจะนำคนอื่นได้อย่างไร?

คริสตจักรตระหนักหรือไม่ว่า เราสามารถจะเติมเต็มด้วยสันติสุขที่สมบูรณ์ของพระเจ้าได้อย่างไร? โลกนี้ ต้องการวิถีทางของตนเอง แต่พระเยซูต้องการให้เรามายังแสงสว่าง ถ้าคนอื่นปฏิเสธความจริง พวกเขาจะถูกหลอกลวง แต่เราจะยืนอยู่ด้วยความกล้าหาญ และเราจะมีสันติสุขที่สมบูรณ์

บางครั้งเมื่อซาตานพูดกับเรา มันพยายามทำให้เราสงสัย จงอย่าฟังมัน!

บางครั้ง เมื่อซาตานพูดกับเรา มันทำให้เราสงสัย จงอย่าฟังมัน และบอกมันว่า "เจ้าไม่ได้อยู่ในฉันอีกแล้ว!" **คุณไม่จำเป็นต้องโต้แย้งกับซาตาน** คุณไม่จำเป็นต้องกลัว พระคำพระเจ้าอยู่ในเรา และ

พระองค์คือผู้ที่ดูแลเราไม่ให้กลัว ไม่มีกฎที่ต่อต้านกับความจริง ความรัก และสันติสุข นั่นคือ ไม่มีใครและไม่มีกฎใดสามารถเอาสิ่งเหล่านี้ไปจากคุณได้ เมื่อเราเชื่อในพระคำของพระเจ้า แล้วซาตานไม่สามารถมีผลใด ๆ กับเรา การทดสอบจะเข้ามา และนั่นคือเมื่อเราต้องยืนหยัดอยู่บนพระคำของพระเจ้า พระองค์จะใช้การทดสอบเพื่อทำให้เราเข้มแข็ง เมื่อพระเยซูถูกทดลอง พระองค์ได้กล่าวว่า "มันมีจารึกไว้" พระองค์เป็นผู้มีชัยชนะเหนือศัตรู และดังนั้นเราก็เช่นกัน เพราะว่าเราเชื่อในความจริงของพระองค์

พระเจ้ากำหนดสันติสุขไว้ให้กับเรา พระองค์ได้นำเราผ่าน และเรายืนหยัดอยู่ในความจริง เรายืนหยัดอยู่ในความจริงนั้น และตอนนี้พระเจ้าสามารถใช้เราเพื่อช่วยผู้อื่นได้

โอ้พระเจ้าของเรา โดยพระองค์เท่านั้น ที่เราจะเอ่ยถึงพระนามได้ นั่นคือ พระเก่า ๆ ได้ตายไปแล้ว ถ้ามันสิ้นอายุขัย นั่นคือมันตายแล้ว ถ้าเราพยายามที่จะขุดเอาอดีตขึ้นมา เรากำลังขุดร่างคนตาย พวกมันจากไปแล้ว ในขณะที่เรายอม ให้พระเจ้านำเอาสันติสุขที่สมบูรณ์เข้ามาในเรา **พระเก่า ๆ ไม่ได้มีชีวิตอยู่อีกต่อไป** พระองค์กำหนดมันแล้ว พระองค์ประสงค์เช่นนั้น และพระองค์ตั้งใจให้เป็นเช่นนั้นสำหรับเรา อะไรก็ตามที่อยู่ในน้ำพระทัยของพระองค์ก็เป็นของคุณด้วย คุณต้องการทำอะไรกับมันหรือ?

เราได้รับความจริงจากที่ใด? จากพระคำของพระองค์ คุณรู้ได้อย่างไรว่า คุณได้รับความจริง? พระเยซูกล่าวว่า "เราเป็นหนทาง ความจริง และความสว่าง" พระองค์เป็นหนทางกลับไปหาพระบิดา และไม่มีทางอื่นใด **ในการที่เจ้าแห่งสันติสุขได้บังเกิดขึ้นและเข้ามาอาศัยอยู่ในเรานั้น** ถ้าเราสารภาพบาป พระองค์จะยกโทษให้ และมอบสันติสุข ชีวิต และความรักของพระองค์ให้กับเรา และเติมเต็มเราด้วยความสว่างของพระองค์ แล้วเราจะตระหนักว่าความบาปของเราได้จบสิ้นลง และสันติสุขอันสมบูรณ์ได้อยู่ที่นั่นแล้ว คำที่เขียนไว้ของพระองค์ต้อง โดดเด่นและชัดเจนในเรา! พระเยซู เป็นพระคำที่มีชีวิตอยู่ในเรา

พระเจ้าต้องการใช้คุณเพื่อช่วยผู้อื่น หลังจากที่พระองค์ได้นำ
สันติสุขนี้เข้ามาในชีวิตของคุณแล้ว พระองค์ต้องการใช้คุณให้เป็น
แสงสว่างในโลกนี้ เพื่อผู้อื่นด้วย

จงหยั่งรู้ถึงความจำเป็นที่พวกเขาต้องได้รับ ในพื้นที่ของชีวิตที่เขา
ยังไม่มีสันติสุข ขอให้อ่านอิสยาห์ 26 และรู้ว่านี่คือน้ำพระทัยของ
พระเจ้าสำหรับพวกเขา ที่พระเยซูได้ตายและฟื้นขึ้นมา เพื่อว่าพวก
เขาจะมีสันติสุขและชีวิตนิรันดร์ อธิษฐานกับพวกเขาโดยเชื่อถึงการ
อัศจรรย์ที่สร้างสรรค์ในความคิด อารมณ์และวิญญาณ พระเจ้าจะ
รักษาความแตกสลาย และพระองค์จะไปเยี่ยมพื้นที่ ๆ ได้รับความ
ทุกข์และนำมาซึ่งสันติสุข พระองค์จะสำแดง ให้พวกเขาเห็นถึงวิธี ที่
จะยอมให้พระองค์สร้างพวกเขาขึ้นมา เป็นชายและหญิงของ
พระเจ้า จงแสดงให้พวกเขาเห็นถึงการอ่านพระคำของพวกเขา
หนุนน้ำใจพวกเขา ให้ออกห่าง และไม่ไปยังสถานที่ หรือกระทำสิ่ง
ต่าง ๆ ในที่พระเดิม ๆ เคยควบคุมอยู่

นี่คือบางสิ่งที่พระเจ้ากระทำและ **พระเจ้าเท่านั้นที่จะสามารถนำ
สันติสุขแบบนี้เข้ามาได้** คือ สันติสุขที่เกินความเข้าใจ เราไม่
สามารถปลดปล่อยใครบางคนจากความทุกข์ พระองค์เท่านั้นที่
ทำได้ และเมื่อพระองค์กระทำ โอ้...พระสิริ โอ้...ความชื่นชมยินดี
เราก็จะได้รับการปลดปล่อย

**พระเจ้ากำหนดสันติสุขให้กับคุณ พระองค์ปรารถนาจะมอบสันติสุข
ให้คุณ...คุณพร้อมหรือยัง ในตอนนี้ที่จะรับสันติสุขของพระองค์?**

ทบทวน: พระเจ้า พระองค์ได้กำหนด สันติสุข ให้กับเรา

. เรามีอำนาจ เพื่อที่จะมีสันติสุขโดยตัวของเราเอง
ก. ถูกต้อง
ข. ผิด

2. พระเจ้าได้ทำหนทางเพื่อเรา ที่จะมีสันติสุขโดย:
ก. กังวลเกี่ยวกับมัน
ข. พยายามมากขึ้น ที่จะมีสันติสุข
ค. ยอมรับสันติสุข ที่พระองค์เสนอให้กับเรา

3. เพื่อที่จะมีสันติสุข เราต้องกำจัดพระเดิม ๆ โดย:
ก. ละทิ้งพวกมันเสีย
ข. พูดคุยต่อไปกับพวกมัน
ค. ปล้ำสู้กับพวกมัน จนกระทั่งเช้า

4. เพื่อชีวิตของเราจะเปลี่ยนแปลง เราต้อง:
ก. อ่านหนังสือ 'ที่สอนวิธีปฏิบัติ' ให้มากขึ้น
ข. มักจะพ่ายแพ้เสมอ
ค. รับความจริง

5. เราไม่จำเป็นต้องกลัวซาตาน เพราะว่า
ก. เราไม่รู้ถึงคำพิพากษาของพระเจ้า ในอนาคต
ข. พระคำของพระเจ้าอยู่ในเรา และพระองค์คือผู้ที่ปกป้องเราจาก
ความกลัว
ค. เรามีกางเขนอันหนึ่ง ที่ล้อมรอบคอของเรา

6. ครั้งหนึ่ง พระเจ้าได้ทำให้เราผ่านมาได้ และเรามีชัยชนะ จน
สามารถช่วยผู้อื่นได้
ก. ถูกต้อง
ข. ผิด

7. การทดสอบจะมา และทำให้เราอ่อนแอลง
ก. ถูกต้อง
ข. ผิด

8. พระเจ้าเดิม ๆ ตายไปแล้ว พวกมันจบสิ้นแล้ว และไม่สามารถมี
อิทธิพลต่อเราได้ เว้นเสียแต่ว่า:
ก. เรามีสามัคคีธรรมกับเพื่อน ๆ ที่มีลักษณะเหมือนกับพระเจ้า
ข. เรานมัสการนาน ๆ ในครั้งเดียว
ค. เราขุดหาอดีต หรือว่าเรายังอยู่ในความบาป

9. เราสามารถช่วยเหลือผู้อื่น โดยให้เขารู้ว่าพระเจ้าต้องการมอบ
สันติสุขให้
ก. ถูกต้อง
ข. ผิด

10. เราสามารถปลดปล่อยบางคนจากการทรมาน และเราสามารถ
ให้สันติสุขนี้กับพวกเขาได้
ก. ถูกต้อง
ข. ผิด

The LORD
is close to the brokenhearted
and saves those who are crushed in spirit.
— Psalm 34:18

Come to me, all you who are weary and burdened,
and I will give you rest. Take my yoke upon you and
for I am gentle and humble in heart and you will fin
For my yoke is easy and my burden is light. — Mat
                                                    instead
                                                    of praise
Cast all your anxiety on him   I have loved you
because he cares for you.   with an everlasting lov
                        I have drawn you with l
  — 1 Peter 5:7   I will build you up again a
                                                    —Jer

Never will I leave you;
Never will I forsake you.

  — Hebrews 13:5

om me,
r your souls.
28-30

...whoever comes to me
I will never drive away.
— John 6:37

The Spirit of the Sovereign LORD is on me...
He has sent me to bind up the brokenhearted;
proclaim freedom for the captives and release from darkness
e prisoners... to comfort all who mourn, and provide
ho grieve in Zion— to bestow on them a crown of beauty
the oil of gladness instead of mourning, and a garment
of a spirit of despair. — Isaiah 61:1-3
indness.

will be rebuilt.
1:3-4

For I am convinced
that neither death nor life,
neither angels nor demons,
neither the present nor the future,
nor any powers, neither
height nor depth, nor
anything else in all
creation will be able
to separate us from
the love of God
that is in
Christ Jesus
our Lord.
— Romans
8:38-39

เฝ้าเดี่ยว วันที่ 2:

พระเจ้า พระองค์กำหนดสันติสุข ให้กับเรา

พระเจ้ามีหนทางที่ไม่น่าเชื่อเพื่อปลดปล่อยเราจากอดีต ความคิด
ของเราเหมือนกับเครื่องบันทึก แต่เมื่อพระเจ้ามาเยี่ยมในพื้นที่
เหล่านั้นในความคิดของเรา และนำการปลดปล่อยมาให้ พระองค์
เพียงองค์เดียวที่สามารถลบบันทึกเหตุการณ์ที่เกิดขึ้นกับเราได้

ฉันได้พบว่ามีเหตุผลเดียว ที่มันจะไม่กลับมาสู่ความคิดของฉัน คือ
แบ่งปันกับผู้อื่นถึงวิธีที่พระเจ้าได้ปลดปล่อยฉัน

**การยกโทษนั้นสำคัญ ที่เราจะต้องเป็นอิสระจากความคิดที่ทุกข์
ทรมาน**

มีใครสักคนไหมที่ทำร้ายคุณ? คุณรู้สึกขมขื่นภายในไหม เพราะว่า
สิ่งที่คุณได้ทำ หรือมีสิ่งใดที่คุณควรจะได้ทำ?

ครั้งหนึ่ง เมื่อฉันอยู่ในประเทศอินเดีย ความคิดของฉันยังคง
ทรมานฉันอย่างต่อเนื่อง ด้วยความทรงจำถึงคน ๆ หนึ่งที่ได้ทำบาง
สิ่งที่ผิดต่อฉันอย่างมากมาย

ฉันไม่สามารถลืมคน ๆ นั้น และมักจะคิดถึงถึงพวกเขาเสมอ พร้อม
กับคิดถึงสิ่งที่พวกเขาได้กระทำ

ในการเดินทางครั้งนั้น ที่ได้อาศัยอยู่ในอินเดียซึ่งมียุงมากมาย ยุง เหล่านี้มักจะหาฉันจนเจอ และกัดฉัน แม้เมื่อฉันแน่ใจว่าได้กำจัดยุง ทุกตัว จากมุ้งที่คลุมเตียงของฉันอยู่ ตอนที่พยายามจะหลับ ฉันจะ ได้ยินเสียงของยุงซึ่งดังมาก ที่ข้าง ๆ หูของฉัน

ฉันได้อนุญาตให้ตนเองขมขื่นใจมากมาย วันหนึ่งฉันคับข้องใจ มาก จนต้องร้องไห้เสียงดังกับพระเจ้า และพูดว่า **"ทำไมคน ๆ นี้จึง รบกวนฉันมากเหลือเกิน? พวกเขาเหมือนยุง!"**

ฉันได้ยินพระเจ้าพูดอย่างชัดเจนว่า "เอาล่ะ เจ้าทำอะไรกับยุงหรือ?"

ในความข่มขื่นใจ ฉันตอบว่า "พระองค์หมายความว่าอะไรหรือ? ฉันทำอะไรกับยุง?" พระเจ้าไม่ตอบฉัน...พระองค์นิ่งเงียบ

ด้วยความขุ่นโกรธเคือง ฉันตอบว่า "ฉันพ่นมันด้วยยาฆ่าแมลง '6/12' นั่นคือ สิ่งที่ฉันทำกับยุงน่ะซี" พระองค์ไม่ได้ตอบฉัน...พระองค์ เงียบ

มันเป็นสิ่งที่อันตรายเหลือเกิน ที่ยอมให้ตัวเราขมขื่นใจ นี่คือเหตุที่ พระเจ้าพูดถึง ที่จะไม่ให้พระอาทิตย์ตกเมื่อเราโกรธอยู่ เมื่อเรา ยอมให้มันเปื่อยเน่าในหัวใจและความคิด เราขมขื่นใจและไม่ไวต่อ พระเจ้า ในความต้องการของพระองค์สำหรับชีวิตของเรา

อีกครั้งหนึ่ง ด้วยความขุ่นโกรธเคือง ฉันร้องไห้เสียงดังต่อพระเจ้า "โอเค พระองค์ต้องการให้ฉันทำอะไรกับยาฆ่าแมลง'6/12' หรือ? โอเค ฉันจะไปค้นดูในพระคัมภีร์ ฉันจะไปดูตรงไหนดี?" ฉันผิดไป มาก ท่าทีของฉันผิดมากเหลือเกิน... ฉันได้รับพรมากมายจริง ๆ ที่ เราได้รับใช้พระเจ้าผู้ให้การยกโทษ พระองค์ยังคงไม่ตอบ แต่เสียง **แห่งความเงียบนั้นดังมากมายเหลือเกิน**

ฉันเอาพระคัมภีร์มา "โอเค" ฉันพูดกับพระเจ้า ฉันยังคงขุ่นเคือง "บทไหนที่ฉันต้องดูล่ะ? โอเค ฉันจะเลือกมาหนึ่งบท ฉันจะดูใน หนังสือมัทธิว มัทธิวบทที่ 6:12"

ฉันฉวยพระคัมภีร์อย่างโกรธเคือง เปิดมัน และอ่าน:

และขอทรงโปรดยกบาปผิดของข้าพระองค์ เหมือน
ข้าพระองค์ ยกโทษผู้ที่ทำผิดต่อข้าพระองค์นั้น

มัทธิว 6:12

ฉันตกใจ มันทำให้ฉันตกใจมากจนความโกรธทั้งหมดหายไปหมด ฉันตระหนักว่าพระเจ้าได้ยกโทษให้ฉันมากเพียงไร และฉันต้องยกโทษให้กับคน ๆ นี้ ฉันตระหนักว่า ถ้าไม่ได้ยกโทษให้คน ๆ นี้ พระเจ้าจะไม่สามารถยกโทษให้ฉันได้

ในวันนั้น พระเจ้าให้กำลังแก่ฉันที่จะกระทำบางอย่าง ที่ฉันไม่สามารถทำด้วยตัวเองได้ ฉันก้มลงต่อหน้าพระเจ้า และได้พูดว่า "พระเจ้า ฉันไม่สามารถยกโทษให้คน ๆ นี้ แต่เพราะพระองค์กำลังขอให้ฉันทำสิ่งนี้ด้วยความตั้งใจ ในความต้องการของฉัน ฉันจึงยกโทษให้กับพวกเขา" ฉันรู้สึกถึงสันติสุขทันที และรู้สึกกลับมาเป็นตนเองอีกครั้งหนึ่ง กลิ่นเหม็นของความทรงจำของคน ๆ นั้นได้จากฉันไปแล้ว

และฉันเพียงแต่จดจำเรื่องราวนี้ได้ เมื่อฉันต้องแบ่งปันเรื่องนี้กับผู้อื่นเท่านั้น

ฉันจึงมีสันติสุข

พระเจ้าตั้งใจอย่างแท้จริง คือ:

"ไปเยี่ยมพวกเขา และทำให้ความทรงจำเกี่ยวกับพวกเขานั้นหายไป"

ถ้าเราอนุญาตให้พระองค์กระทำ

ถ้าเรายอมจำนนต่อพระองค์

การปฏิวัติความขัดแย้ง

การปฏิวัติความขัดแย้ง

เป้าหมายของเรานั้นสามารถเป็นยิ่งกว่า การมีชัยชนะเหนือการโต้
แย้ง หรือ ค้นพบว่าใครถูกและใครผิด เป้าหมายที่ยิ่งใหญ่ที่สุดของ
เรา คือ เชื่อในพระเจ้า โดยผ่านทางความขัดแย้ง และมันสามารถ
เกิดการ "การปฏิวัติ" ขึ้นได้

คำจำกัดความของการปฏิวัติ:

การเปลี่ยนแปลงที่รุนแรงและโน้มน้าวในสังคม และโครงสร้างของ
สังคม โดยเฉพาะอย่างยิ่ง การเปลี่ยนแปลงที่เกิดขึ้นทันที และมัน
มักจะมาคู่กับความรุนแรงเสมอ

การเปลี่ยนแปลงที่สมบูรณ์ สุดโต่งและในทันทีทันใด อยู่ในวิถีที่
ผู้คนใช้ชีวิตอยู่ ทำงาน และคิด เป็นต้น

ความขัดแย้งมักจะไม่สนุกเท่าไร พวกมันสามารถคุกคามเพื่อนำมา
ซึ่งการเปลี่ยนแปลงในทางลบ พวกมันสามารถเกิดขึ้นทันทีและไม่
คาดคิด และสามารถนำการแตกหักมายังความสัมพันธ์ได้ **หรือ**
สามารถนำการเปลี่ยนแปลงที่มีพลัง และรุนแรงมายังความสัมพันธ์
ที่ลึกซึ้ง ด้วยความเคารพ ความไว้วางใจ และความเข้าใจกันมาก
ขึ้น **ความขัดแย้งสามารถเป็นวิธีที่เร็วที่สุดไปสู่การเปลี่ยนแปลงใน**

ทางบวก อย่ากลัวความขัดแย้ง จงเรียนรู้ว่ามันคือ **วิธีทำและการ ตอบสนอง** ซึ่งเป็นเหตุให้เกิดความขัดแย้งเพื่อนำมาซึ่ง "การ ปฏิวัติ" ที่จำเป็นอย่างมาก

จงมองดูไปที่ทุกความขัดแย้ง ว่าเป็น **โอกาส:**

- ที่จะทำให้ความสัมพันธ์ลึกซึ้งยิ่งขึ้น
- ที่จะเข้าใจกันและกันมากขึ้น ใกล้ชิดขึ้น และเปิดเผยมาก ขึ้น
- ที่จะได้รับความเคารพต่อกันและกัน

คำแนะนำต่อการปฏิวัติ ในทางบวก ในช่วงที่มีความขัด แย้ง

เราเป็นพวกเดียวกัน

ให้มีท่าทีที่ **ปัญหานี้** จะไม่ทำให้เราแตกแยกกัน

วางตำแหน่งของตัวเราในฝ่ายร่างกาย เพื่อเราทั้งสองฝ่ายจะอยู่ ข้างเดียวกัน เพื่อเผชิญกับปัญหา

นั่งอยู่ในตำแหน่ง ที่ไม่ได้คุกคามกัน

<u>จงมีท่าทีความถ่อมใจ</u>

ฉันจะมีส่วนช่วยต่อปัญหานี้ได้อย่างไร? **ความถ่อมใจสามารถ ยอมรับได้ว่า** ฉันเป็นส่วนหนึ่งของปัญหา

ความถ่อมใจสามารถกล่าวว่า "**ฉันเสียใจ ยกโทษให้ฉันเถิด**"

เลือกเวลาและสถานที่คุยกัน

มันไม่ใช่เวลาที่ดีที่จะแก้ไขประเด็นต่าง ๆ เมื่อคุณโกรธมากเกินไป
ขอให้ใช้เวลาเพื่อสงบลง

เลือกสถานที่ ๆ ดี ไม่ใช่อยู่ต่อหน้าเด็ก ๆ หรือผู้อื่น ที่ไม่จำเป็นที่
ต้องเข้ามาเกี่ยวข้อง

- **ฉัน ให้คุณค่าต่อความสัมพันธ์ของเรา**

ใช้เวลาที่จะแสดงคุณค่าของคุณต่อความสัมพันธ์ และคุณหวังว่าจะ
พบคำตอบต่อปัญหาเฉพาะหน้าได้

อะไรคือปัญหา ที่เรากำลังพยายามที่จะแก้ไข?

ถ้าคุณทั้งสองเห็นด้วย ที่จะให้คำจำกัดความต่อปัญหา ซึ่งคุณมี
โอกาสจะแก้ไขได้

- **จงแสดงความรู้สึกที่แท้จริงของคุณ และฟังสิ่งที่พวกเขา
  รู้สึกจริง ๆ**

สะท้อนสิ่งที่พวกเขาพูด โดยกล่าวว่า "ขอให้ฉันได้เห็นว่าคุณเข้าใจ
หรือไม่ คุณกำลังพูดอย่างนั้นใช่ไหม ...หรือ คุณกำลังรู้สึก ....."

แสวงหาที่จะเข้าใจอย่างแท้จริง

ไม่ได้ฟัง เพียงคำพูดของพวกเขาเท่านั้น แต่หัวใจของเขาด้วย

ฟังอย่างดี

บ่อยครั้ง ถ้าคุณฟังดี ๆ คุณจะมีโอกาสที่จะพูด และมีคนได้ยินคุณ
พูด

ขอให้พวกเขารู้ว่าคุณกำลังฟัง ด้วยภาษากายและการตอบสนอง
ของคุณ

จงใช้การฟังที่กระตือรือร้น "ฉันได้ยินคุณพูด ฉันคิดว่าฉันเข้าใจสิ่ง
ที่คุณกำลังพูดถึง" เป็นต้น

แสวงหาคำตอบด้วยกัน

เรามาดูพระคำของพระเจ้าด้วยกันเพื่อจะได้รับคำตอบไหม? ถ้ามี
คนเคารพพระคำของพระองค์ แน่ล่ะ พระองค์ต้องมีคำตอบ

**นี่คือหลักการ 10 ประการ เพื่อช่วยเราให้พัฒนาความ
สัมพันธ์ที่ลึกซึ้งกว่าเดิม คือ:**

1. การเยียวยารักษาอดีต

ก. เมื่อเราต้องเจ็บปวดโดยบางสิ่งบางอย่างในอดีต ซึ่งยังไม่ได้รับ
การรักษา และบางคนได้ทำบางอย่าง ซึ่ง "ทำให้รู้สึก" คล้าย ๆ กัน
เราสามารถมีอารมณ์และความทรงจำกลับมาได้ ซึ่งสามารถทำให้
เราคิดเกินจริงในความทรงจำ และสามารถมีผลอย่างรุนแรงความ
สัมพันธ์ในปัจจุบัน ถ้าเราไม่ให้อภัยและยอมให้พระเจ้ารักษา โดย
พระวิญญาณบริสุทธิ์ของพระองค์ แต่พระเจ้าสามารถใช้
สถานการณ์ในปัจจุบันเพื่อ "เร้า" ความเจ็บปวดเดิม ๆ ได้ ถ้าเรา
ตื่นตัวว่านี่คือเวลาที่ดี เพื่อเผชิญกับความเจ็บปวดในอดีต และขอ
ให้พระองค์ได้เยียวยารักษาเรา

2. ความรักของพระเจ้า ไม่ใช่ความรักของมนุษย์

ก. ความรักของมนุษย์สามารถเกิดขึ้นได้ระยะเวลาหนึ่ง แต่ความ
รักของพระเจ้าไม่สิ้นสุด และไม่เคยยอมแพ้ ผู้คนต้องการความรัก
ของพระเจ้าจริง ๆ และไม่ใช่ความเห็นอกเห็นใจของเรา เรามักจะ
แข็งเกินไป เมื่อผู้คนต้องการได้รับคำตอบที่ยืนยัน และเรามักจะ
แข็งเกินไปเมื่อพวกเขาจำเป็นต้องได้รับความรัก และการหนุนใจ
ขอให้พระเจ้ารักผ่านคุณ สิ่งนี้เริ่มโดยยอมให้ความรักของพระเจ้า

เจาะเข้าไปในหัวใจของเราทั้งหลาย เราจำเป็นต้องได้รับการเปิด
เผยว่าพระองค์รักเรามากเพียงใด เมื่อเรารู้สึกถูกปฏิเสธและถูก
ละทิ้งซึ่งเรามักจะคาดการณ์ล่วงหน้าที่ผู้อื่น แต่ในขณะที่ ในเวลา
นั้นมันไม่ได้เป็นความจริงเลย

3. คำสัญญานั้นนิรันดร มันคือคำมั่นสัญญาและการอุทิศ ตน

ก. จงไปข้างหน้า แล้วดึงเอาคำสัญญาแต่งงานของคุณออกมา และ
อ่านอย่างระมัดระวัง ขอให้เรามาตระหนักว่า คำสัญญานั้นคือการ
อุทิศตนจริง ๆ... "จนกระทั่ง ความตายมาพรากเรา" ขอให้มีความ
รู้สึกอุ่นใจมากที่เราได้รู้ว่า เรากำลังจะทำงานด้วยกันเพื่อทำให้
งานนี้เกิดผล

ข. การหย่าร้างไม่ได้เป็นข้อเลือก อย่าพูดคำนี้ขึ้นมา อย่าให้มัน
เป็นคำศัพท์ของคุณ หรืออยู่ในความคิดของคุณเด็ดขาด และอย่า
ใช้คำนี้เพื่อคุกคาม โดยเฉพาะอย่างยิ่งเมื่อคุณเชื่อว่า พระเจ้าได้
เชื่อมคุณทั้งสองไว้แล้ว คุณจะไม่ยอมให้ใคร หรือสิ่งใดมาทำลาย
ลงได้

4. การล่อลวงเป็นปรสิต

**ก. มีความชั่วและนิสัยบางอย่าง และการเสพติด ซึ่งทำลายล้าง
เหมือนปลวก และพวกปรสิต**

1. เมื่อร่างกายมนุษย์ถูกรุกราน โดยปรสิตเข้ามาทำลาย ไม่มีอะไร
ที่จะทำงานได้อย่างถูกต้อง มีความเจ็บปวดมากและ ร่างกายต้อง
เจ็บป่วย มันเป็นอย่างนั้นเช่นกันในการแต่งงาน

2. **ปรสิตฆ่า** สิ่งที่เริ่มต้นขึ้นเล็ก ๆ สามารถเติบโตขึ้น และครอบ
ครองความสัมพันธ์ทั้งหมด และนำมันมาสู่การทำลายล้างได้ ถ้า
เราไม่ได้ปฏิบัติอย่างถูกต้อง

3. เราต้องกำจัดนิสัย และการเสพติดออกไป ซึ่งคุกคามเพื่อเข้ามา
ทำลาย คือ:

1. สารภาพความผิดต่อพระเจ้า
2. **แสวงหาคู่ครองที่มีความรับผิดชอบ**
3. ร้องเรียกพระเจ้าเพื่อฤทธิ์เดชของพระองค์ ที่จะช่วยคุณให้
   เอาชนะได้
4. อย่ายอมแพ้ เมื่อพยายามครั้งแรกเพื่อเอาชนะ ลุกขึ้นและ
   ผลักดันต่อไป

5. เดินต่อไปในการยกโทษ

ก. เรามีพระเจ้า **เรารู้ว่าพระองค์ให้อภัยเสมอ** เราสามารถแน่ใจ
ได้ว่า เมื่อเราถ่อมใจเข้ามาหาพระองค์ พร้อมกับสารภาพบาป
ของเราแล้ว พระองค์จะยอมรับเรา และยกโทษให้พร้อมกับรัก
เรา

ข. เมื่อเราเดินในความรัก เราเดินในการยกโทษ เราไม่ตัดสินใจ
ในแต่ละครั้ง ..."ครั้งนี้ ฉันจะยกโทษไหม?" พระเยซูกล่าวว่า 70 คูณ
7 เมื่อเรายึดเอาบางสิ่งและนับจำนวนครั้ง... เราก็ไม่ได้เดินอยู่ใน
การยกโทษ

ค. เราต้องมอบการแก้แค้นไว้กับพระเจ้า เมื่อเราโกรธ เราถูก
ล่อลวงให้ทำร้ายผู้อื่นด้วยคำพูด และการกระทำของเรา จงละการ
แก้แค้นไว้กับพระเจ้า อย่าทำการแก้แค้นด้วยมือของเรา

6. เกียรติ, ความเคารพ, ความรักหวงแหน

ก. ให้คำจำกัดความของคำเหล่านี้ – เกียรติ, เคารพ, รักหวงแหน

ข. ผู้ชายจำเป็นต้องมีคนให้ความ **ความเคารพ และที่เขาจะได้รับ
เกียรติ**

1. เรียนรู้ถึงวิธี ที่จะแสดงความเคารพ
2. ผู้หญิงเป็นเหตุให้เด็ก ๆ ทุกคนเคารพ หรือ ไม่เคารพผู้ชาย ของเธอ
3. สิ่งที่สำคัญ คือ วิธีที่คุณพูด มากกว่าสิ่งที่คุณพูดบางสิ่ง บางอย่าง
4. จงเลือกที่จะไม่พูดสิ่งที่ไม่ดี เกี่ยวกับคู่ของคุณในที่ สาธารณะ หรือต่อเพื่อน ๆ ของคุณ จงให้กำลังใจพวกเขา ให้เกียรติพวกเขา และทำให้พวกเขาพิเศษ

ก. **ผู้หญิงจำเป็นต้องได้รับความรัก** มีความเบิกบานและได้รับการ บำรุงรักษา จงมองดูเธอเหมือนสวนที่จำเป็นต้องรดน้ำ และดูแลเพื่อ นำมาซึ่งผลที่น่าหวงแหน

1. ผู้หญิงแต่ละคนได้ยินคำว่า "ฉันรักคุณ" ในลักษณะที่แตก ต่างกัน
2. จงเรียนรู้วิธีที่ดีที่สุด เพื่อกล่าวว่า "ฉันรักคุณ" ต่อผู้หญิง
3. จงทำให้เธอรู้สึกพิเศษ
4. **พูดสิ่งดีเกี่ยวกับเธอเป็นส่วนตัว และในที่สาธารณะ**
5. จงมีความสร้างสรรค์ มองเห็นความจริงที่คุณใช้เวลา สังเกต เป็นธุระที่จะกระทำบางสิ่ง และมีความเอาใจใส่ เพื่อทำให้มันมีความหมายพิเศษมากจริง ๆ

7. เดินในความถ่อมใจ ต่อกันและกัน

ก. สำหรับพวกผู้ชาย จงเรียนรู้ที่จะพูดว่า "ฉันเสียใจ ฉันผิดเอง"

ข. สำหรับผู้หญิง จงเรียนรู้ที่จะกล่าวว่า "ฉันยกโทษให้คุณ" และ ยอมรับคำขอโทษนั้น และปล่อยมันไป **อย่าพูดขึ้นมาอีกในการโต้ แย้งครั้งต่อไป**

8. จงปฏิบัติต่อผู้อื่น ในแบบที่พวกเขากำลังจะเป็น... ไม่ใช่แบบที่ พวกเขาอาจจะเป็นในวันนี้

ก. มองเห็นผู้อื่นแบบที่พระเจ้ามองเห็นในพวกเขา **สิ่งนี้ต้องการ**
ความเชื่อ...เราต้องมองเห็นศักยภาพที่พระองค์มองเห็น

ข. อย่าจู้จี้ จุกจิกซ้ำ ๆ ขอให้พระเจ้าควบคุมผู้อื่น และไม่ใช่ตัวคุณที่
เข้ามาควบคุม

ค. จงอดทน ในขณะที่พระองค์กำลังทำงาน พระเจ้ายังทำงานกับ
พวกเขาไม่เสร็จดี

9. ตอบสนองโดยพระวิญญาณของพระเจ้า ไม่ใช่โต้ตอบ
โดยเนื้อหนัง

ก. ในขณะที่เราเรียนรู้ในพระวิญญาณ **เราจะไม่เติมเต็มความ**
ต้องการของเนื้อหนัง มีหลายครั้งที่เรารักเพียงเพื่อจะให้การตอบ
สนอง และ "ทำให้พวกเขาได้รับมัน" หรือ "เป่าไอน้ำออกไป" และ
"ให้สิ่งที่พวกเขาสมควรจะได้รับ" แต่สิ่งเหล่านี้อยู่ในเนื้อหนังของ
เรา จงใช้สิทธิอำนาจของพระวิญญาณบริสุทธิ์ของพระองค์ เพื่อ
ควบคุมลิ้นและอารมณ์ของเรา

ข. เมื่อเราตอบสนองโดยพระวิญญาณบริสุทธ์ แล้วพระเจ้าจะ
จัดการกับสิ่งที่ไม่ดีด้วยตัวของพระองค์เอง

ค. คำตอบเบา ๆ สยบความโกรธเคือง แต่คำตอบที่น่าทุกข์ใจ
เร่งเร้าความโกรธเคือง

10. ความรักที่ไม่มีเงื่อนไข

คำพ้องความหมายของคำว่า ไม่มีเงื่อนไข คือ: ด้วยหัวใจทั้งหมด,
มีคุณสมบัติที่ไม่สงวนไว้, ไม่จำกัด, ไม่หวงห้าม, ไม่บรรเทาลง, ไม่มี
คำถาม, ทั้งหมด, สิ้นเชิง, เต็มบริบูรณ์, อย่างแน่นอน, พ้นยุคสมัย, ไม่
เท่าเทียม, ไม่อ้อมแอ้ม

ความรักที่ไม่มีเงื่อนไข คือ สิ่งที่พระเจ้าสำแดงต่อเรา แม้แต่เมื่อเรา ยังคงเป็นคนบาป พระคริสต์มาตายเพื่อเรา **ผู้ที่มีค่ามาตายเพื่อผู้ที่ ไม่มีค่า** พระองค์ไม่ได้มองดูที่เงื่อนไขของเราว่าเป็นไปได้ แต่ พระองค์ได้เอื้อมมาหาเราด้วยความหวังที่ว่า พระองค์สามารถจะ แตะต้อง และเปลี่ยนแปลงชีวิตของเรา

ก. เมื่อเรารักใครสักคนด้วยความรักที่ไม่มีเงื่อนไข เราจะพบว่าเรา ไม่สามารถทำมันด้วยกำลังของตนเอง ความสามารถที่จะรักอย่าง ไม่มีเงื่อนไข เพียงแต่เข้ามาจากการตระหนักว่า เราเองจำเป็นต้อง มีความรักที่ไม่มีเงื่อนไข เมื่อเราตระหนักว่าพระองค์รักเรามากเพียง ไร เราสามารถเริ่มรักเหมือนกับที่พระองค์ได้รักเรา

ข. **เราได้รับความรัก ที่ไม่มีเงื่อนไขฟรี ๆ** โดยปราศจากการเรียก ร้องสิ่งใด ๆ เพื่อเป็นการตอบแทน สิ่งนี้ยังต่อต้านกับธรรมชาติเนื้อ หนังของเรา

ค. พลังอำนาจของความรักที่ไม่มีเงื่อนไข คือ เราได้รับฟรี ๆ และ มันเป็นข้อเลือกที่จะรัก

ง. ความรักชนิดนี้ คือ **การเปลี่ยนแปลงชีวิตสำหรับคนทั้งคู่** ที่ เกี่ยวข้องกัน

จ. มันต้องการความเชื่อ ที่จะรักอย่างไม่มีเงื่อนไข และพระเจ้าจะ มองเห็นและตอบ **พระองค์จะนำการเปลี่ยนแปลงที่จำเป็นเข้ามา**

ความสัมพันธ์นั้น ให้รางวัลมากมาย ผู้คนได้เพิ่มเติมความชื่นชม ยินดี และการเติมเต็ม ให้กับชีวิตของเรา พวกเขาสามารถให้ความ สุขและความเจ็บปวดมากมายเหลือเกินแก่เรา ความสัมพันธ์ เป็นการงานที่ยากเช่นกัน และมันต้องการการอุทิศตน และสติ ปัญญา แต่พระเจ้ามอบพระวิญญาณบริสุทธิ์เพื่อช่วยเรา เมื่อเรา จำเป็นต้องได้รับพระกรุณาคุณมากขึ้น

คุณเคยสงสัยไหม บางครั้งเมื่อคุณอธิษฐานเพื่อความอดทนและ พระคุณมากขึ้น และพระองค์ได้ส่งคนบางคน เข้ามาในชีวิตของ

คุณเพื่อพัฒนาคุณธรรมเช่นนั้น ที่คุณกำลังทูลขออยู่ หรือไม่? เราไม่
สามารถรักคนเหล่านั้น โดยปราศจากความช่วยเหลือของพระองค์
ดังนั้น เราต้องร้องเรียกหาพระองค์ เมื่อพระองค์เพิ่มความอดทน
ให้แล้ว เราจึงสามารถอดทนมากขึ้นพร้อมกับทุกคนรอบตัวเรา
และเมื่อพระองค์ได้ให้ของประทานแก่เรา มันก็เป็นของเราแล้ว นี่
คือวิธีที่เราจะเติบโตจากพระคุณสู่พระคุณ

> *และนอกจากนี้ เมื่อเรามีความขยันทุกอย่างแล้ว จง*
> *เพิ่มคุณธรรมความเชื่อ และนำคุณธรรมมาเพิ่ม*
> *ความรู้6 และเอาความรู้เพิ่มความพอประมาณ*
> *และเอาความพอประมาณเพิ่มความอดทน และ*
> *ความอดทนเพิ่มความเหมือนกับพระเจ้า7 และ*
> *เอาความเหมือนกับพระเจ้าเพิ่มความเมตตา*
> *ฉันท์พี่น้อง และเอาความรักฉันท์พี่น้อง เพิ่มการ*
> *ให้การกุศล*

2 เปโตร 1.5-7

พระเจ้าพัฒนาพระลักษณะของพระองค์ในเรา ในขณะที่เราพบกับ
ผู้คนที่ท้าทายตัวเรา นี่คือความก้าวหน้าจากความเชื่อไปสู่ความ
พอประมาณ และไปสู่ความเมตตาฉันท์พี่น้อง และในที่สุดไปสู่การ
กุศล... ซึ่งเป็นความรักที่ไม่มีเงื่อนไขของพระเจ้าผ่านทางเรา
พระองค์กล่าวว่า เราต้อง**ให้ด้วยขยันมุมานะทั้งสิ้น** เพื่อเพิ่มพระ
ลักษณะของพระองค์ให้กับตัวเรา โปรดยอมรับคำเชิญที่จะเติบโต
ในพระลักษณะ และพระคุณของพระเจ้าผ่านทางความขัดแย้ง และ
ผู้คนที่ยุ่งยากและไม่ง่ายเลย

เคล็ดลับสำหรับการโต้แย้งอย่างเป็นธรรม

1. จงแน่ใจว่า คุณมีเวลาพอที่จะอภิปรายการไม่เห็นด้วย

2. อย่าตอบสนองด้วยตัวเอง แต่จงตอบสนองโดยพระวิญญาณของพระเจ้า
3. ยึดให้ตรงประเด็น จงฟังอย่างเคารพ
4. อย่าโจมตีลักษณะของอีกบุคคลหนึ่ง
5. อย่ายกเรื่องของอดีตขึ้นมา
6. อย่าโต้แย้งกับคนที่โกรธ ขอให้พวกเขาสงบลงก่อน
7. อย่าทำต่อหน้าเด็ก ๆ ในที่ประชุม หรือคนอื่น ๆ
8. ให้เกียรติเสมอ
9. จงคืนดีภายหลังเสมอ
10. จงเลือกว่าจะเข้าสงครามอันใด
11. อย่าเข้านอน และยังมีความโกรธอยู่

ถ้าเรายอมกับพระองค์ พระเจ้าจะช่วยเราให้เปลี่ยนความขัดแย้งไปสู่การปฏิวัติในชีวิตของเรา และในความสัมพันธ์ของเราด้วย

ทบทวน: ปฏิวัติความขัดแย้ง

คำถามเพื่ออภิปราย

จงอธิบายถึงวิธีที่พระเจ้าทำงานผ่านความสัมพันธ์ คือ ผ่านความสัมพันธ์เพื่อพัฒนาคุณลักษณะของพระองค์ในเรา
ให้คำจำกัดความของการปฏิวัติความขัดแย้ง ด้วยคำพูดของคุณเอง
ให้คำจำกัดความคำทั้งสี่: รัก, หวงแหน, เคารพ และให้เกียรติ
จงอธิบายสองวิธี ที่คุณอาจจะแสดงความเคารพต่อชายคนหนึ่ง ที่มีความหมายต่อเขา?
จงอธิบายสองวิธีที่คุณอาจแสดงความรักต่อผู้หญิง ซึ่งมีความหมายมากที่สุดต่อเธอ?
จงอธิบายถึงวิธีที่ความเจ็บปวดในอดีตมีผลกระทบ ในวันนี้? บอกเล่าประสบการณ์สักอย่าง ในสถานที่ ๆ สิ่งนี้ได้เกิดขึ้นกับคุณ

1. จัดกลุ่มขึ้นมา 2 กลุ่มและฝึกปฏิบัติด้วยกัน (หรือ เป็นคู่) โดยกล่าวว่า "ฉันขอโทษ ฉันผิดเอง" ในการปฏิบัติของกลุ่มนี้ เราจะมี "การปฏิบัติ" ของผู้ชายที่จะขอโทษ และผู้

หญิงจะรับคำขอโทษนั้นอย่างมีเมตตา สิ่งนี้สามารถเป็นสิ่งที่ไม่สะดวกใจในตอนแรก นั่นคือเหตุที่การฝึกปฏิบัติจึงจำเป็น ถ้าคุณกำลังทำมันลำพัง จงหาใครบางคนตลอดทั้งวันที่คุณจะเข้าไปขอโทษ เราทั้งหมดได้ทำร้ายคนอื่น ๆ ดังนั้น เราควรจะสามารถพบใครสักคนได้

2. มันเป็นความรับผิดชอบของใครหรือ ที่จะเปลี่ยนแปลงผู้อื่น ที่เรามีความใกล้ชิดด้วย?
3. ความรับผิดชอบของเรา คือ อะไร?

นี่จะเป็นเวลาที่ดี เพื่อทำงานของพระเจ้า

ทบทวน

1. การเปลี่ยนแปลงที่สุดโต่งและทันที ในวิธีที่ผู้คนใช้ชีวิต, ทำงาน และคิด เป็นต้น ซึ่งเราเรียกว่า:
ก. ความขัดแย้ง
ข. การปฏิวัติ
ค. ผู้ทำลายสัญญา
ง. การกระทำแห่งการถ่อมใจ

2. ความขัดแย้งที่ไม่น่าสะดวกใจนั้น สามารถเป็นวิถีทางเร็วที่สุดต่อการเปลี่ยนแปลงในทางบวก
ก. ถูกต้อง
ข. ผิด

3. ความขัดแย้งสามารถนำไปสู่ความสัมพันธ์ที่ลึกซึ้งขึ้น และมีความไว้วางใจมากขึ้น
ก. ถูกต้อง
ข. ผิด

4. ความขัดแย้งสามารถเป็นโอกาส สำหรับ:
ก. การได้รับความเคารพทั้งสองฝ่าย
ข. จ่ายค่าจำนอง
ค. ทำให้คนจ่ายเงิน ในสิ่งที่เขาค้างหนี้คุณอยู่
ง. ถูกทั้งหมดตามข้อข้างบน

5. ถ้าคุณใช้เวลาฟังมากเกินไป จงอธิบายให้แจ่มแจ้ง
ก. ถูกต้อง
ข. ผิด

6. เลือก 3 หลักการ ที่ช่วยพัฒนาความสัมพันธ์ที่ลึกซึ้งขึ้น
ก. ยอมให้เกิดความเห็นอกเห็นใจที่ลึกซึ้ง สำหรับคน ๆ นั้นทำลายหัวใจของคุณ
ข. ขอให้พระเจ้ารักษาคุณจากประเด็นในอดีต ซึ่งเกิดขึ้นมาในความขัดแย้งปัจจุบัน
ค. เรียนรู้ที่จะรักด้วยความรักของพระเจ้า
ง. ตระหนักว่านิสัย และการเสพติด กำลังมีผลต่อความสัมพันธ์ของคุณ
จ. หล่อเลี้ยงความรู้สึกในการปฏิเสธ และละทิ้ง
ฉ. รู้สึกสงสารตนเอง

7. ในงานแต่งงานแห่งหนึ่ง สิ่งที่สำคัญที่สุด คือ:
ก. เค็กแต่งงาน
ข. สีของชุด
ค. คำสาบานที่คุณกล่าว
ง. ประเภทของศิษยาภิบาล ผู้ทำพิธีแต่งงาน

8. เมื่อเราอยู่ในการยกโทษ เราต้องตัดสินใจในแต่ละครั้ง ว่าจะยกโทษให้หรือไม่
ก. ถูกต้อง
ข. ผิด

9. ผู้หญิงจะเติบโตอย่างเกิดผล ถ้าคุณเลี้ยงดูพวกเขา เหมือนสวนที่จำเป็นต้องได้รับการรดน้ำ และเอาใจใส่หวงแหน

ก. ถูกต้อง

ข. ผิด

10. จงนำเรื่องในอดีตขึ้นมาเรื่อย ๆ จนกระทั่งคุณแก้ไขปัญหาได้

ก. ถูกต้อง

ข. ผิด

11. มีความถ่อมใจในการปฏิบัติต่อผู้คน ในวิถีทางที่พวกเขาเป็น ในวันนี้

ก. ถูกต้อง

ข. ผิด

12. จงเลือกคำ 4 คำ ซึ่งให้คำจำกัดความ รักที่ไม่มีเงื่อนไข

ก. หมดทั้งหัวใจ

ข. ความลำเอียง

ค. ไม่จำกัด

ง. ไม่คับแคบ

จ. กังวลใจ

ช. ขี้สงสัย

ซ. ไม่ได้สงวนไว้

13. มันไม่ โอเค ที่จะไม่เห็นด้วย และโต้แย้ง

ก. ถูกต้อง

ข. ผิด

14. จงเลือก 4 ข้อ เพื่อที่จะทำการโต้แย้งอย่างยุติธรรม

ก. ตะลอนไปเรื่อย ๆ

ข. จงฟังอย่างเคารพ

ค. ยึดจุดยืนไว้ให้มั่น อย่าวอกแวก

ง. ยกอดีตขึ้นมา

จ. จู่โจมคนนั้น

ช. ตอบสนอง อย่าตอบโต้

ซ. อย่าเถียง เมื่อโมโห

ฉ. เรียกเขา โดยใช้ชื่อที่ไม่ดี

15. เมื่อเราได้พูด หรือทำบางอย่างที่น่าเจ็บปวด เราควรจะพูดว่า
อะไร?

ก. ผีร้ายทำให้ฉันต้องทำมัน

ข. มันเป็นความผิดของคุณส่วนหนึ่ง

ค. ฉันเสียใจ ฉันผิดเอง

ง. ไม่มีข้อใดถูก

16. มันเป็นความรับผิดชอบของใครหรือ ที่จะเปลี่ยนแปลงบุคคล ที่
เรามีความใกล้ชิดด้วย?

ก. ของเขา

ข. ของเธอ

ค. ของพวกเขา

ง. ของพระเจ้า

เฝ้าเดี่ยว วันที่ 3:

เราคุยกันได้ไหม?

“ฉันกำลังจะทุบตีภรรยาของฉันอย่างรุนแรง ฉันจำเป็นต้องสอนบทเรียนให้กับเธอ” ไมเคิลโกรธเคือง

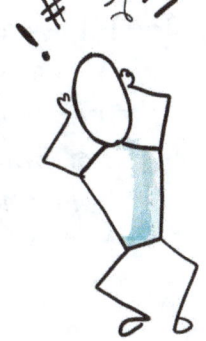

“เฮ้ คุณ สิ่งนั้นมาจากไหน?” สตีเวน ตอบด้วยความตกใจ

“เธอทำให้ฉันเจ็บปวด และนี่ไม่ใช่ครั้งแรก ฉันต้องให้สันติสุขในจิตใจแก่เธอ” ไมเคิล ตอบอย่างโต้กลับ

“คุณเข้ามาซิ และปล่อยมันไป นั่นไม่ใช่การต่อสู้ที่เหมาะสมสำหรับคุณ จงปล่อยมันไปเถิด” สตีฟตอบอย่างถูกต้องตามกฎ

เมื่อเราศึกษา 1 ธิโมธี 6:12 เราพบว่า “การต่อสู้อย่างถูกต้องตามกฎเท่านั้น” คือ การต่อสู้สำหรับคริสเตียน

นี่ไม่ใช่การต่อสู้กับผู้คน

เพราะว่าเราไม่ได้ต่อสู้กับเนื้อหนังและเลือด แต่ต่อสู้
กับเทพผู้ครอง ศักดิเทพ เทพผู้ครองพิภพ ใน
โมหะความมืดแห่งโลกนี้ และต่อสู้กับเหล่า
วิญญาณที่ชั่ว ในสถานฟ้าอากาศ

เอเฟซัส 6:12

การต่อสู้กับผู้คน โดยทั่วไปนั้นเป็นสิ่งผิด จงพยายามหลีกเลี่ยงการ
โต้แย้ง ต่อสู้กัน และต่อต้านกัน บางครั้ง มันอาจดูเหมือนถูกต้อง
เพียงแต่ "ต่อสู้" สำหรับบางสิ่งที่คุณรู้ว่าเราต้องสู้ มันอาจดูเหมือน
ถูกต้อง ที่เพียงแต่ "ต่อสู้" เพื่อบางสิ่งที่คุณรู้ว่าจำเป็นต้องต่อสู้ อาจ
จะเพื่อปกป้องครอบครัวของคุณ ประเทศของคุณ ลูก ๆ ของคุณ
แต่จงแสวงหาการนำของพระเจ้าก่อน

จงจดจำว่าเมื่อเราเป็นคริสเตียน พระคัมภีร์กดดันเราให้มีชีวิตที่สูง
ขึ้น โดยแก้ไขความไม่ลงรอยกันและขอให้พูดดีต่อกันและกัน

อันที่จริง เมื่อพวกท่านไปเป็นความกัน ท่านก็ตกจาก
ระดับที่ควร ทำไมท่านจึงไม่ทนต่อการร้ายซึ่งเขา
ทำแก่ท่าน ทำไมท่านจึงไม่ยอม ให้เขาโกง

1 โครินธ์ 6:7

ในหนังสือเอเฟซัส เปาโลเปรียบเทียบ ระหว่างความสัมพันธ์ของ
สามีภรรยา กับความสัมพันธ์ระหว่างพระคริสต์และคริสตจักร
ไม่มีความแตกต่างที่ไกล่เกลี่ยไม่ได้ ความสัมพันธ์นี้ต้องเสียสละ
และมันคือการให้

ในความสัมพันธกับผู้อื่น จงพิจารณาอับราฮัม ผู้ที่เมื่อมีข้อโต้เถียง
กับหลานชาย คือ โลท เขาได้แก้ปัญหาโดยปราศจากการทะเลาะ
วิวาทกัน

อับรามจึงพูดกับโลทว่า "เราอย่าวิวาทกันเลย อย่า
ให้คนเลี้ยงสัตว์ของเจ้ากับคนเลี้ยงสัตว์ของเรา
วิวาทกัน เพราะเราเป็นญาติสนิท

ปฐมกาล 13:8

จงจำไว้ว่า คู่สมรสของเรา หรือสมาชิกครอบครัวอาจจะเป็น
คริสเตียน และแบ่งปันความรักเดียวกันจากพระบิดาบนสวรรค์
และถ้าพวกเขาไม่ได้เป็นอย่างนั้น พระเยซูบอกเรา ให้เป็นแสง
สว่างเพื่อพวกเขา

เราไม่ควรเชื่อว่า การใจเย็นนั้นเพียงพอที่จะระงับความขัดแย้ง
โดยไม่ต่อสู้ หรือ ความขมขื่นพาเราไปในจุดที่เสียเปรียบ เราต้อง
เลือกที่จะคิดถึงความรักและคิดอย่างสวรรค์ และเมื่อเราทำเช่นนั้น
เราไม่มีความจำเป็นที่จะต้องต่อสู้เพื่ออะไรเลยก็ตาม

พระเยซูได้เลือกที่จะแก้ไขความขัดแย้ง ด้วยความรักของพระองค์

หลังจากอ่านสิ่งนี้ จงเขียนในบันทึกถึงการเปลี่ยนแปลงใด ๆ บ้าง
ที่คุณจะทำ เมื่อมีความขัดแย้งในอนาคต?

การสรรเสริญและนมัสการ

การสรรเสริญและนมัสการ

การร้องเพลงโดยปราศจากการเจิมของพระเจ้า – คือการร้องเพลงธรรมดา ๆ นั่นเอง

> มันเป็นสิ่งน่ากลัว ที่จะผลิตเพลง "นมัสการและสรรรเสริญ" ที่นำมาสู่ความหิวโหยในดนตรีมากขึ้น – นมัสการต้องนำความหิวโหยมาเพื่อความล้ำลึกของพระเจ้า และพระคำของพระองค์ เมื่อเป็นผู้นำนมัสการ เรากำลังนำโอกาสในที่สาธารณะ ซึ่งอาจจะชอบ หรืออาจจะไม่ชอบดนตรีที่พระเจ้าเผยพระวจนะผ่านเรา...แต่มันมีความสำคัญยิ่งกว่าที่จะทำให้พระเจ้าพอใจ เรารู้จักสถานที่ ๆ ศัตรูมีเพื่อนำการสรรเสริญมาต่อหน้าบัลลังก์ เราต้องระมัดระวังมากเพียงใดที่เราจะไม่ล้มลงเหมือนกับที่มันล้ม และเราต้องไม่ปรารถนาการสรรเสริญนั้นเพื่อตัวของเราเอง"

ในพระคัมภีร์เดิม ห้องชั้นในสุดถูกซ่อนไว้โดยม่าน มีเวลาเดียวที่บุคคลจะได้รับอนุญาตให้เข้าไป คือ หนเดียวในหนึ่งปี คือ ในวันศักดิ์สิทธิ์ ยม คิปูร์ ซึ่งมีเพียงปุโรหิตหลวงที่ได้เข้าไป และถวาย

เครื่องบูชาพระโลหิต และเผาเครื่องหอมต่อหน้าพระที่นั่งแห่งพระคุณ

ในวันนี้ เมื่อเราเป็นนักดนตรี เราได้รับการพิจารณาให้เป็นปุโรหิตด้วยเช่นกัน

ทำไมเราจึงต้องการเข้าไปในห้องชั้นใน?

ตำแหน่งของปุโรหิตเป็นบทบาททางพันธุกรรม ปุโรหิตใช้ชีวิตทั้งหมดของเขารับใช้พระเจ้า และมอบถวายเครื่องบูชาเพื่อขอการยกโทษเพื่อประชากรของพระองค์ ปุโรหิตบางคนเป็นคนชั่วร้ายที่สุดในประชาชาติ แทนที่จะเรียกร้องเพื่อต่อต้านกับความบาป พวกเขากลับร่วมทำบาป เมื่อนักดนตรีขอให้เรารักษาหัวใจ เพื่อเราจะรับการทรงสถิตของพระเจ้าไว้ เพื่อนำไปสู่ประชากรของพระองค์ ที่พวกเขาอาจเข้ามารับการทรงสถิตในการรักษาโรค, การรื้อฟื้น และการยกโทษบาป ขอให้เราสรรเสริญและนมัสการด้วยหัวใจที่สะอาด โดยปราศจากความอับอาย และโดยที่ไม่ทำให้พระเจ้าต้องอับอาย

ก่อนหน้าที่ปุโรหิตจะเข้าไปในห้องชั้นในได้ เขาต้องชำระร่างกายเขาต้องแยกตัวและทูลขอพระเจ้าที่จะทำให้เขาสะอาดจากบาปและเคลื่อนอะไรก็ตามที่จะทำร้ายพระเจ้าออกไป นี่คือการชำระการระบุตัวตนของเรากับพระเจ้า ผู้ที่ได้แยกตนออกจากโลกนี้แล้ว และปุโรหิตได้สวมใส่เสื้อผ้าพิเศษ ที่มีสีสันต์สวยงามด้วยสีทอง, น้ำเงิน, ม่วง และสีแดงเข้ม

เราอาจเห็นผู้นำนมัสการเป็นปุโรหิต ที่อยู่ต่อหน้าพระเจ้า ใช่หรือไม่?

ใครคือผู้นำนมัสการ?

ผู้นำนมัสการไม่เพียงแต่เป็นผู้ที่ร้องเพลงอยู่
ด้านหน้า คนที่พวกเขามอบเพลงให้ ก็จะ
นมัสการพระเจ้าด้วย เราไม่ได้นำผู้อื่นเข้า
มาในการทรงสถิตของพระเจ้า เรานมัสการ
พระเจ้า และเมื่อการทรงสถิตของพระองค์
เข้ามาเต็มห้อง ผู้คนก็จะเข้ามาทำให้ห้อง
นั้นเต็ม และพวกเขาเลือกเองที่จะเข้ามา
หรือไม่เข้ามาข้างใน

การนำนมัสการ

**เมื่อเราเป็นผู้นำนมัสการ เราหยั่งรู้ถึงหัวใจของพระเจ้า พระบิดา
และสรรเสริญพระองค์** – ในขณะที่เรานมัสการพระเจ้านั้น พระองค์
นำคนของพระองค์เข้ามาสู่การทรงสถิต และพระองค์ควบคุมหัวใจ
ของเรา ให้เข้าสู่การอุทิศตนอย่างลึกซึ้งยิ่งขึ้น

เมื่อเป็นผู้นำนมัสการ จะมีการอุทิศตัวต่อพระเจ้า และแสดงความ
รักของเราต่อพระองค์ โดยผ่านทางการนมัสการ เราไม่สามารถ
แกล้งทำ และเราไม่มีทักษะที่สามารถซ่อนในเรื่องความสัมพันธ์
ของเราที่มีต่อพระเจ้า ว่าลึกซึ้งเพียงใด คือ มันจะต้องไปถึง
ขอบเขตนั้นที่เราสำแดงออกมาทางการนมัสการนั่นเอง

เหตุใด เราจึงต้องการเข้าสู่การทรงสถิต ที่ใกล้ชิดกับพระเจ้า?

เพื่อว่าพวกเขาจะปรารถนาที่จะมีชีวิตอยู่ที่นั่น – ตลอดกาล โดย
ละทิ้งบาป และพระอื่น ๆ เพื่อต้องการเป็นเจ้าสาวของพระคริสต์
และไม่เพียงแต่เป็นสาวกเท่านั้น แต่หัวใจของพวกเขาอาจจะเปิด
ออก เพื่อรับการปรนนิบัติที่ยังเหลืออยู่ นั่นคือ พระคำของพระเจ้า
ผ่านทางศิษยาภิบาล หรือพันธกิจที่พวกเขาจะได้รับหลังเพลง
นมัสการ

ในขณะที่เราเลือกที่จะนมัสการ พระเจ้าทำให้เราเข้มแข็งขึ้น เพื่อผ่านพ้นทุกสิ่งทุกอย่างไปได้

จำได้ไหมว่าเปาโลร้องเพลงในเรือนจำ?

ครั้นโบยหลายทีแล้วจึงให้จำไว้ในคุก และกำชับนายคุกให้รักษาไว้ให้มั่นคง 24นายคุกเมื่อรับคำสั่งอย่างนั้นแล้ว จึงพาเปาโลกับสิลาสไปจำไว้ในห้องชั้นใน เอาเท้าใส่ขื่อไว้แน่นหนา
25ประมาณเที่ยงคืน เปาโลกับสิลาสก็อธิษฐานและร้องเพลงสรรเสริญพระเจ้า นักโทษทั้งหลายในคุกก็ฟังอยู่

กิจการ 16:23-25

มนุษย์ถูกสร้างขึ้นมาด้วยวิญญาณ จิตใจ และกายของเรา ดวงวิญญาณของเราประกอบด้วยความคิด ความต้องการ และอารมณ์ จิตใจของเรามาจากพระเจ้าและเกี่ยวพันกับพระองค์ ร่างกายของเราคือที่ ๆ เราอาศัยอยู่ สิ่งนี้ช่วยเราให้เข้าใจถึงวิธีที่เรานมัสการ

มีอาณาจักรที่แตกต่างกันของการ
สรรเสริญ และการนมัสการ

ในอาณาจักรใด ที่ดนตรีของคุณเล่น และเพลงที่คุณร้อง
ได้นำผู้คนเข้ามาฟังหรือไม่?

**ในอาณาจักรใด ที่ดนตรีของคุณเล่น และเพลงที่คุณร้อง
ได้นำผู้คนเข้ามาฟังหรือไม่?**

คำแนะนำที่ดีสำหรับการสรรเสริญนมัสการ คือ ให้เราตระหนักว่า
เราเพียงแต่เคลื่อนไปกับพระเจ้า ในสิ่งที่พระองค์กำลังกระทำ

เราต้องตระหนักว่า เราถูกสร้างขึ้นเพื่อสรรเสริญพระเจ้า

เราเข้ามาต่อหน้าพระองค์ ด้วยหัวใจที่บริสุทธิ์

เข้ามาโดยคาดหวังให้พระเจ้าเคลื่อนไป

เมื่อพระเจ้าเคลื่อนไป ...จงลื่นไหลไปกับพระองค์

ความรับผิดชอบของเรา คือ ให้เราชื่นชมพระเจ้า ไม่เพียงแต่คาด
หวัง ให้พระองค์ช่วยเหลือเรา

เราเป็นปุโรหิตต่อหน้าพระองค์ จงนมัสการพระองค์ในจิตวิญญาณ
และความจริง ไม่นำเอาความอับอายมาให้พระองค์ แต่นำ
ประชากรมาอยู่ต่อหน้าพระองค์ เพื่อพระองค์จะย้ายความอับอาย
นั้นออกไป

จงคาดหวังว่า พระเจ้าจะเคลื่อนท่ามกลางประชากรของพระองค์ ที่
พระองค์อาศัยอยู่ในการนมัสการของประชากรเหล่านั้น และเมื่อ
พระเจ้าเคลื่อน - เราก็เกิดมีการเปลี่ยนแปลง

เมื่อนมัสการพระเจ้าในวิญญาณและในความจริง จงชำระหัวใจของ
คุณก่อนที่คุณจะเริ่มเล่นดนตรี นำคำสรรเสริญของคุณมาเป็นเครื่อง
ถวายต่อพระองค์ ถ้าคุณมีบาป หรือ อะไรก็ตามที่ต่อต้านใครคน
หนึ่ง จงจัดการกับมัน ก่อนหน้าการนมัสการ ขอการยกโทษที่จะ
จัดการกับความขุ่นมัวในความขัดแย้งนั้น ที่คุณจะเป็นปุโรหิตต่อ
หน้าพระองค์

จงฝึกฝน **ก่อนที่คุณจะเล่น** จงฝึกฝนเครื่องดนตรีของคุณ จงฝึกฝน
การเล่นและร้องเพลงอย่างเป็นกลุ่ม จงแน่ใจว่าพวกที่เป็นช่างใน
ทีมของคุณจะมีเครื่องขยายเสียงทั้งหมดที่พร้อมก่อนนมัสการ อย่า
ยอมให้สมาชิกของทีมฝึกในช่วงการนมัสการ เราไม่ต้องการที่จะมี
สิ่งที่หักเหความสนใจ - เราต้องการจะนมัสการพระเจ้า

การโฟกัสต้องอยู่ที่พระเจ้า ไม่ใช่ในตัวเรา

จงสรรเสริญพระเจ้าเถิด
จงสรรเสริญพระเจ้า ในสถานนมัสการของพระองค์
จงสรรเสริญพระองค์ในพื้นฟ้าอันอานุภาพของ
    พระองค์
2 จงสรรเสริญพระองค์ เพราะกิจการอันอานุภาพของ
    พระองค์
จงสรรเสริญพระองค์ ตามความยิ่ง ใหญ่อย่างมาก
    ของพระองค์
3 จงสรรเสริญพระองค์ด้วยเสียงแตร
จงสรรเสริญพระองค์ด้วยพิณเขาคู่และพิณ ใหญ่
4 จงสรรเสริญพระองค์ด้วยรำมะนาและการเต้นรำ
จงสรรเสริญพระองค์ด้วยเครื่องสายและปี่

5จงสรรเสริญพระองค์ด้วยเสียงฉิ่ง
จงสรรเสริญพระองค์ด้วยเสียงฉาบ
6จงให้ทุกสิ่งที่หายใจ สรรเสริญพระเจ้า
จงสรรเสริญพระเจ้าเถิด

สดุดี 150:1-6

มีอาณาจักรที่แตกต่างกันของการสรรเสริญ และการนมัสการ

อาณาจักรของวิญญาณ

ดนตรีสามารถเคลื่อนผู้คน มันเคลื่อนผู้คนให้เต้นรำ, ร้องเพลง, ให้ "ตกหลุมรัก," ซึมเศร้า, มีความสุข

การแสดงดนตรีส่วนใหญ่อยู่ในขอบเขตของอาณาจักรฝ่ายจิตวิญญาณ จุดประสงค์ก็คือเพื่อความบันเทิงใจ แต่ดนตรีนั้นควบคุมหัวใจของเรา ให้เข้าไปในการทรงสถิตของพระเจ้า หรือไม่?

อาณาจักรของการสรรเสริญ

การสรรเสริญเริ่มปรนนิบัติรับใช้มนุษย์ที่มีวิญญาณ ดนตรีนี้เริ่มควบคุมหัวใจของเรา เพื่อเน้นไปที่พระเจ้ามากกว่าตนเอง พระวิญญาณของพระเจ้าเริ่มเคลื่อนเข้าไปในหัวใจของมนุษย์ พระองค์อาจนำการรักษาโรค การปลดปล่อย และของประทานอื่น ๆ ในพระวิญญาณให้กับเรา

65

จงสรรเสริญพระเจ้าเถิด
จงร้องเพลงบทใหม่ถวายพระเจ้า
ร้องบทสรรเสริญถวายพระองค์ในชุมนุมธรรมิกชน
2 ให้อิสราเอลยินดีในผู้สร้างของเขา
 ให้บุตรทั้งหลายของศิโยนเปรมปรีดิ์ในพระราชา
   ของเขา
3 ให้เขาสรรเสริญพระนามของพระองค์ด้วยเต้นรำ
 ถวายเพลงแด่พระองค์ด้วยรำมะนาและพิณเขาคู่
4เพราะพระเจ้าทรงปรีดีในประชากรของพระองค์
 พระองค์ทรงประดับชัย ให้แก่คน ใจถ่อม
5 ให้ธรรมิกชนลิงโลด ในชัยเกียรติ
 ให้เขาร้องเพลงด้วยความชื่นบานบนที่นอนของเขา

สดุดี 149:1-5

อาณาจักรของการนมัสการ

เมื่อผู้นำนมัสการหยั่งรู้หัวใจของพระเจ้า และนมัสการพระองค์
พระเจ้านำประชากรให้เข้าไปในการทรงสถิตของพระองค์

เมื่อเราเข้าไปในการทรงสถิตของพระเจ้า ผ่านทางการนมัสการ ชีวิตของเราก็เปลี่ยนแปลง เราเข้าไปในการทรงสถิตและละทิ้ง ความกังวลและการนัดหมายของเรา และโฟกัสอยู่บนพระเจ้า เท่านั้น เราตระหนักถึงความยิ่งใหญ่ของพระองค์ ความรักของ พระองค์และพระองค์เป็นผู้ใด ในสถานที่แห่งนี้ที่พระเจ้าพูดกับ หัวใจของเรา และให้การเยียวยารักษาโรค มอบทิศทางและ สันติสุขแก่เรา ซึ่งเราจะอยู่ในอาณาจักรนี้ที่เราตระหนักรู้ใน พระองค์

เราไม่ต้องกลัวที่จะเข้าไปในการนมัสการที่ใกล้ชิดของพระเจ้า ต่อ หน้าผู้คน โดยเข้าไปในสถานที่แห่งนี้เท่านั้น ในการนมัสการที่ใกล้ ชิดพระเจ้า ที่เราสามารถนำผู้อื่นไปยังอิสรภาพของการสำแดง ความรักของพวกเขา ต่อพระบิดาบนสวรรค์ได้

การสรรเสริญในสงครามฝ่ายวิญญาณ

เมื่อเรามองดูที่กษัตริย์เยโฮชาฟัท เราเห็นสถานการณ์ที่เป็นไปไม่ได้ นั่นคือ:

และเมื่อเขาทั้งหลายตั้งต้นร้องเพลงสรรเสริญ
พระเจ้าทรงจัดกองซุ่มคอยต่อสู้กับคนอัมโมน
โมอับ และชาวภูเขาเสอีร์ ผู้ได้เข้ามาต่อสู้กับยู
ดาห์ ดังนั้นเขาทั้งหลายจึงแตกพ่ายไป

2 พงศาวดาร 20:22

เราเห็นตรงนี้ว่า ในขณะที่เป็นประชากรของพระเจ้า ไม่เพียงร้องเพลงและสรรเสริญพระองค์ แต่พระองค์ยังได้ทำลายศัตรู มีเวลาที่พระเจ้าใช้คำสรรเสริญของเรา อย่างกับเป็นสงครามฝ่ายวิญญาณ – เมื่อเราร้องเพลง ศัตรูก็จะหนีไป

ให้การสดุดีอย่างสูงแด่พระเจ้าอยู่ในลำคอของเขา
และให้ดาบสองคมอยู่ในมือของเขา
7*เพื่อทำการแก้แค้นบรรดาประชาชาติ*
และทำการลงโทษชนชาติทั้งหลาย
8*เพื่อเอาตรวนล่ามบรรดาพระราชาของเขา*
และเอาเครื่องเหล็กจำจองล่ามบรรดาเจ้านายของ
เขา
9*เพื่อจะกระทำแก่เขาตามคำพิพากษาที่บันทึกไว้*
แล้ว
นี่เป็นเกียรติแก่บรรดาธรรมิกชนของพระองค์
จงสรรเสริญพระเจ้าเถิด

สดุดี 149:6-9

. . .

เมื่อเราร้องเพลง ศัตรูก็จะหนีไป

ทบทวน: การสรรเสริญและนมัสการ

1. ร้องเพลงโดยปราศจากการเจิมของพระเจ้า – มันคือการร้องเพลงธรรมดา
ก. ถูกต้อง
ข. ผิด

2. นักดนตรีไม่ได้เป็นปุโรหิต
ก. ถูกต้อง
ข. ผิด

3. ลูซิเฟอร์เคยชินกับการนำการสรรเสริญ ต่อหน้าพระบัลลังก์
ก. ถูกต้อง
ข. ผิด

4. ในขณะที่การเป็นนักดนตรี ปล่อยให้เรา _____หัวใจของเรา ที่เราอาจจะนำพา _____ของพระเจ้าไปยังประชากรของพระองค์ ซึ่งพวกเขาอาจได้รับ _____, _____ และการยกโทษบาป

5. ขอให้เราสรรรเสริญและนมัสการด้วย _____ _____ โดยปราศจาก _____ และไม่ทำให้พระเจ้าต้องอับอาย

6. ก่อนหน้าปุโรหิตเข้าไปในที่อภิสุทธิสถาน เขาชำระตนเอง เราควรจะชำระตนเอง ก่อนการนมัสการหรือไม่?

a. Yes

b. No

c. Sometimes

7. ความรักของเราที่มีให้พระเจ้านั้น ผ่านทางการนมัสการ

ก. ถูกต้อง

ข. ผิด

8. เราสามารถแกล้งทำได้ ทักษะของเราจะซ่อนความล้ำลึกในความสัมพันธ์ที่เรามีกับพระเจ้า

ก. ถูกต้อง

ข. ผิด

9. ในขณะที่ _____ เพื่อนมัสการ พระเจ้า _____ เราเพื่อให้ผ่านทุกสิ่งไปได้

10. อาณาจักรใด ไม่ใช่อาณาจักรของการสรรเสริญ และนมัสการ?

ก. สรรเสริญในสงครามฝ่ายวิญญาณ

ข. อาณาจักรของความฝัน

ค. อาณาจักรฝ่ายจิตวิญญาณ

ง. อาณาจักรของการนมัสการ

11. เมื่อร้องเพลง เราจะแน่ใจได้อย่างไรว่า เราไม่ใช่ตัวหันเหความสนใจ?

ก. ฝึกก่อนคุณจะเล่น

ข. จงแน่ใจว่าช่างมีอุปกรณ์ที่พร้อม ก่อนคุณจะเริ่ม

ค. อย่าอนุญาตให้มีการฝึก ในช่วงที่นมัสการ

ง. ถูกทั้งหมดตามข้างต้น

12. ข้อใดไม่ใช่แนวทางที่เราจะติดตาม ในสิ่งที่พระเจ้ากำลังกระทำ?
ก. ตระหนักว่าเราได้รับการสร้าง เพื่อสรรเสริญพระเจ้า
ข. เข้ามาอยู่ต่อหน้าพระองค์ ด้วยหัวใจที่บริสุทธิ์
ค. เล่นกับความมั่นใจในตัวคุณเอง อย่างกับเป็นนักดนตรีที่ยิ่งใหญ่
ง. เข้ามาและต้องการให้พระเจ้าเคลื่อน
จ. ในขณะที่พระเจ้าเคลื่อน จงลื่นไหลไปกับพระองค์

13. ความรับผิดชอบของเราคือ _____ พระเจ้าไม่ใช่จะ
_____ พระเจ้าเพื่อ _____ เรา

14. ถ้าผู้เข้าร่วมประชุมไม่ได้กำลังร้องเพลงไปกับเรา เราไม่ควรจะ
ทำอะไร?
ก. โฟกัสที่พระเจ้า
ข. ตะโกนไปที่ผู้เข้าร่วมประชุม
ค. เล่นเพลงที่ผู้เข้าร่วมประชุมอาจรู้จัก
ง. แน่ใจว่าเพลงนั้นไม่ได้สูงเกินไป หรือต่ำเกินไป

เฝ้าเดี่ยว วันที่ 4:

สรรเสริญ และนมัสการ

เราได้เรียนรู้ว่า "พระเจ้าคือใคร" ในบทแรกของชุด "การเดินทาง ไปสู่ภูผา" เรามักจะเรียนรู้ด้วยเช่นกันว่า พระเยซูเป็นสิ่งมีชีวิต ผู้ที่ มีความรู้สึก และเราได้เรียนรู้ว่าชีวิตในพระคริสต์เป็นความ สัมพันธ์ ที่เราพัฒนาไปด้วยกันกับพระองค์

วิธีหนึ่งที่เราสามารถพัฒนาความสัมพันธ์นี้ได้ เป็นไปโดยการ สรรเสริญและนมัสการ การสรรเสริญและนมัสการนั้นเป็นเครื่องมือ ที่มีพลัง อยู่ใน "กล่องเครื่องมือ" ที่เราได้รับหลัง จากยอมจำนน ชีวิตต่อพระเยซู เราสามารถใช้เครื่องมือเหล่านี้เพื่อสำแดงความ รักของเราและให้เกียรติพระองค์ เพื่อหนุนใจวิญญาณของเรา และ ช่วยในสงครามฝ่ายวิญญาณของเรา และยิ่งกว่านั้นอีกมากมาย

ดังนั้น อะไรคือการสรรเสริญ และนมัสการ และเราจะ กระทำมันอย่างไร?

การสรรเสริญ และนมัสการ: สิ่งที่มันไม่ได้เป็น

เรามีความสามารถหรือไม่ที่จะร้องเพลง เราถูกเรียกให้สรรเสริญ และนมัสการพระองค์! เราไม่จำเป็นต้องอยู่ในทีมนมัสการใน คริสต

จักร หรือทีมนมัสการของอนุชน เพื่อใช้ของประทานที่เหลือเชื่อนี้
เราเพียงแต่ต้องมีหัวใจที่ถูกต้องเท่านั้น

ย้อนกลับไปก่อนที่เราให้ชีวิตแก่พระเยซู จะมีคนอย่างเราสักกี่คนที่
ใช้เพลงในวิธีที่นำตนเอง ให้ "รู้สึกสัมผัส" อย่างไม่พลาดเช่นนี้?
บางทีเราตื่นขึ้นมาและรู้สึกว่าไม่โอเค หรือ "สวิทไม่ทำงาน" ดังนั้น
เราจะค้นหาเพลงเพื่อช่วยเราให้ "มีความสุข" ถ้าเราไม่มีเพลงนั้น
เราอาจจะเปิดดนตรีที่ช่วยเราให้แสดงความสนุกสนาน แต่การ
ชักจูงแบบนี้เป็นนิสัยที่สามารถคืบคลานเข้ามาในชีวิตการนมัสการ
ของเรา ถ้าเราไม่ระมัดระวัง

การสรรเสริญและนมัสการนั้นไม่ใช่เพื่ออวดความสามารถ หรือ
ทักษะของเรา และไม่ใช่เพื่อชี้ให้เห็นถึง "การขาดแคลน" ทักษะ
หรือความสามารถของผู้อื่น มันไม่ใช่เพื่อชักจูงพระเจ้าเพื่อให้บาง
สิ่งบางอย่างกับเรา หรือนำเราไปยังบางที่บางแห่ง

การสรรเสริญและนมัสการ: มันคืออะไร

พระคัมภีร์กล่าวว่า:

> *"ชาวโลกทั้งสิ้นเอ๋ย จงเปล่งเสียงชื่นบานถวายแด่*
> *พระเจ้า*
> *เปล่งเป็นเสียงเพลงชื่นบานและร้องเพลงสรรเสริญ*

> สดุดี 98:4 AMPC

"ระเบิดออก และร้องเพลงเพื่อความชื่นชมยินดี"!

เราถูกเรียกให้สรรเสริญพระเยซูในทุก ๆ สถานการณ์ และใน
สถานการณ์ใด ๆ ก็ตาม – เมื่อเรามีความสุข เศร้า อยู่ภายใต้ความ
ตึงเครียด ความยากลำบาก และในความกลัว และมันไม่ต้องเป็น
เพลงนมัสการล่าสุดเสมอไป! เราสามารถทำเพลงของเราเองให้กับ
พระองค์ และเพื่อพระองค์!

เหตุผลใหญ่ที่สุดเพื่อการนมัสการ คือ มันปรนนิบัติพระเจ้า เมื่อเรา คิดถึงคำว่า "ปรนนิบัติ" เราอาจจะคิดถึงบุคคลในคริสตจักร แต่ หนึ่งในคำจำกัดความที่เก่าแก่กว่าของปรนนิบัติรับใช้ จริง ๆ แล้ว คือ คำกิริยา มันหมายถึงเพื่อตอบสนองต่อความจำเป็นของใคร บางคน แต่พระเจ้าต้องการอะไรหรือไม่? ไม่เลย มันไม่ใช่สิ่งที่น่า พิศวงหรอกหรือ ที่เราสามารถเข้ามาสนใจดูแลหัวใจของพระองค์ ได้ในการนมัสการ? นั่นก็ตามที เราอยู่ในโลกแคบ ๆ ที่สามารถทำ บางสิ่ง ที่ทำให้พระองค์พอพระทัยได้จริง ๆ หรือไม่ ที่เราจะสำแดง ความชอบ ความรัก และนำเอาพระสิริและพระเกียรติมาให้พระองค์ ได้หรือ?

เหตุผลอีกอันหนึ่งที่เรานมัสการ คือ การพูดความจริงของพระองค์ เหนือสถานการณ์ อารมณ์ของเรา และชีวิตของเรา! เหมือนกับที่ พระเจ้าพูดให้โลกทั้งใบมีชีวิตขึ้นมา ("ขอให้บังเกิด ...") การ นมัสการและยกย่องพระองค์โดยทางคำพูดของเรา ได้แสดงว่า พระองค์เป็นผู้ใด และพระองค์ใช้การประกาศที่เราได้ยินนั้น เพื่อ ช่วยเราให้ได้รับการทะลุทะลวง! พระองค์ใช้การมอบถวายแห่งการ สรรเสริญและนมัสการของเรา เพื่อนำมาซึ่งความชื่นชมยินดี กำลัง การปลอบโยน และสติปัญญา มีหลายสิ่งมากมายเหลือเกินที่ พระเจ้ากระทำโดยพระวิญญาณ เมื่อเราร้องเพลงออกมาจากความ จริงของพระองค์!

แม้เมื่อพระเจ้าไม่ได้เลือกที่จะเปลี่ยนแปลงสถานการณ์ของเรา การ สรรเสริญและนมัสการมักจะเปลี่ยนแปลงพวกเรา!

การเจิม: ปัจจัยการแบ่งแยก

ฤทธิ์เดชเบื้องหลังการนมัสการนี้ไม่ใช่เพราะว่า เรากำลังต้องการ ทำบางอย่างให้เกิดขึ้น และมันไม่ใช่สิ่งที่เราจะ "ทำขึ้นมา" แต่ฤทธิ์ เดชนี้ มาจากผู้ที่เรากำลังร้องเพลงถวาย ว่าพระองค์นั้นเป็นผู้ใด

ความตั้งใจของหัวใจของเรานั้น คือ กุญแจ

การร้องเพลงสักเพลงหนึ่ง เพียงเพราะว่าเราต้องการจะร้องเพลง ไม่ใช่การปรนนิบัติต่อพระองค์ และไม่มีฤทธิ์เดชเพื่อพลิกเปลี่ยนเรา หรือสถานการณ์ของเรา มีบางสิ่งมากกว่านั้นที่จำเป็น และมันมาจากพระเจ้า และนั่นคือการเจิมของพระองค์ คุณอาจจะได้ยินคำว่าการเจิมในคริสตจักร มันสามารถหมายถึงเทน้ำมันและอวยพรใครสักคน แต่ในความหมายนี้หมายถึง เมื่อการทรงสถิตของพระเจ้าเข้ามาเหนือเราโดยพระวิญญาณของพระองค์ และให้ฤทธิ์เดชและความสามารถแก่เราเพื่อทำสิ่งต่าง ๆ เราเองไม่สามารถทำด้วยตนเองได้ พระองค์นั้นสมบูรณ์ทั้งสิ้น ดังนั้น ใครที่ดีกว่าซึ่งควรจะรู้ถึงวิธีนมัสการพระองค์ มากกว่าพระองค์เองเล่า!

เมื่อการเจิมของพระองค์อยู่เหนือเรา มันสร้างหุ้นส่วน หรือการทำงานร่วมกันระหว่างเราและพระวิญญาณบริสุทธิ์ พระเยซูและพระเจ้าที่จะส่งผลมากกว่าที่เราจะสามารถทำด้วยตัวเองได้ และเมื่อพระองค์เข้ามาและเจิมเรา นั่นคือมือของพระองค์ที่ทำงานผ่านเรา เพื่อทำสิ่งที่เป็นไปไม่ได้

การสรรเสริญและนมัสการนั้นมีค่ามากมายยิ่งกว่า

การสรรเสริญและนมัสการนั้นมีค่ามากมาย ยิ่งกว่าเพลงหนึ่งพร้อมกับเครื่องดนตรี มันคือวิถีที่เราดำรงอยู่ วิถีที่เรารับใช้พระเจ้าในชีวิตประจำวัน การตัดสินใจที่มั่นคงของเราที่จะไม่ทำบาปต่อพระองค์ เพื่อรักษาหัวใจของเรา และการมีชีวิตที่บริสุทธิ์ต่อหน้าพระองค์เป็นการนมัสการ เช่นเดียวกัน!

เมื่อเรากำลังรู้สึกดีและขอบพระคุณ การนมัสการและสรรเสริญเป็นสายลม! มันง่ายที่จะร้องเพลง ว่าพระเจ้าดีอย่างไร เมื่อเราอยู่บนยอดเขา

แต่มีพลังและความลึกล้ำเพื่อนมัสการ ในเวลาที่ไม่ง่ายหรือสะดวกสบายมากนัก เมื่อความเศร้ายึดฉวยเราไว้ รวมทั้งความกลัว ความเจ็บปวด ความยุ่งยาก ความไม่แน่นอน ความเจ็บป่วย – เรายัง

สามารถเลือกอย่างมีวัตถุประสงค์ ที่จะเทการนมัสการแด่พระเจ้า
หรือไม่? การนมัสการชนิดนี้สามารถสัมผัสได้ และมีค่ามากต่อเรา
– และพระองค์เห็นมันอย่างกับของขวัญที่มีค่าที่สุด และมันเป็นของ
ขวัญที่เรามีโอกาสนำมาถึงพระองค์ด้วย

> *"โอ ตระกูลของชนชาติทั้งหลายเอ๋ย จงถวายแด่*
> *พระเจ้า*
> *จงถวายพระสิริและกำลังแด่พระเจ้า*
> *29จงมอบพระสิริซึ่งควรแก่พระนามของพระองค์แด่*
> *พระเจ้า*
> *จงนำเครื่องบูชามาเข้าเฝ้าพระองค์*
> *จงประดับกายด้วยเครื่องบริสุทธิ์นมัสการพระเจ้า*
> *30ชาวโลกทั้งสิ้นเอ๋ย จงตัวสั่นต่อพระพักตร์พระองค์*
> *เออ พิภพถูกสถาปนาแล้ว จะไม่หวั่นไหวเลย"*

> 1 พงศาวดาร 16:28-30

ทบทวนและตอบสนอง:

- ในการอ่านวันนี้ อะไรที่คุณได้เรียนรู้เกี่ยวกับการนมัสการ
  ที่คุณไม่รู้มาก่อน?
- คุณรู้สึกว่าพระเจ้าได้แสดงให้คุณเห็นอะไร เกี่ยวกับการ
  สรรเสริญและนมัสการของตนเอง?
- คุณจะประยุกต์ใช้อย่างไรในสิ่งที่คุณอ่าน กับความ
  สัมพันธ์ของตนเองกับพระเยซู?

จงเขียนคำอธิษฐานต่อพระเจ้า เกี่ยวกับสิ่งที่คุณได้อ่านในวันนี้ และ
วิถีที่มันได้แตะต้องหัวใจของคุณ:

สงครามฝ่ายจิตวิญญาณ

สงครามฝ่ายจิตวิญญาณ

สงครามฝ่ายจิตวิญญาณมักฟังดูเหมือนบางสิ่งที่เราทำ แต่มันคือสิ่ง
ที่พระเจ้ากำลังทำผ่านเรา ถ้าพระเจ้าไม่ได้กำลังทำ เราก็ไม่ควรทำ
ด้วยเช่นกัน พระเจ้าเข้ามาเพื่อทำให้ทาสเป็นไท และพระองค์
ต้องการให้ประชากรของพระองค์มีอิสระมากกว่าที่เราคิด

ตลอดการศึกษานี้ จงมองดูพระองค์เพื่อการนำจากสวรรค์ –
พระองค์เป็นผู้ต้องการช่วย และมีความเห็นอกเห็นใจสำหรับพวกที่
แตกสลาย จงจำไว้ว่าเราเพียงแต่ต้องกระทำสิ่งที่เราเห็นพระเจ้า
กำลังทำเท่านั้น เพราะมันดีด้วยเช่นกัน เราไม่ได้พยายามทำ
สงครามฝ่ายวิญญาณเพียงคนเดียว เพราะเรามีใครบางคนที่เป็น
นักรบที่เก่งกาจอยู่ด้วย

สงครามไม่ได้เป็นของเรา แต่มันเป็นของพระเจ้า

หัวหน้าทีมของเจ้าภาพ

เมื่อโยชูวาอยู่ข้างเมืองเยรีโคท่านก็เงยหน้าขึ้นมอง
ดู เห็นชายคนหนึ่งชักดาบออกมาถือยืนอยู่ตรง

หน้าท่าน โยชูวาเข้าไปหาชายนั้น กล่าวแก่เขา
ว่า "ท่านอยู่ฝ่ายเราหรืออยู่ฝ่ายศัตรู" 14ผู้นั้นจึง
ตอบว่า "มิใช่ ที่เรามานี้ก็มาเป็นจอมพลโยธา
ของพระเจ้า" ฝ่ายโยชูวาก็กราบลงถึงดิน
นมัสการแล้วถามว่า "เจ้านายของข้าพเจ้าท่านจะ
ให้ผู้รับ ใช้ของท่านกระทำอะไร" 15และจอมพล
โยธาของพระเจ้าจึงสั่ง โยชูวาว่า "จงถอดรองเท้า
ออกจากเท้าของเจ้าเสีย เพราะว่าที่ซึ่งเจ้ายืนอยู่
นี้เป็นที่ศักดิ์สิทธิ์" โยชูวาก็กระทำตาม

โยชูวา 5:13-15

พระเจ้าไม่ได้อยู่ฝ่ายเรา – เราอยู่ฝ่ายพระองค์ต่างหาก ในชีวิตประจำ
วันของเรา จงมองหาการเปลี่ยนแปลงที่พระเจ้ามีความสนใจที่จะ
กระทำ นั่นไม่ใช่วิธีที่เราต้องการเพื่อนหรือคู่ครอง เมื่อเราเผชิญกับ
ความจำเป็นที่หนักหน่วง ในสงครามฝ่ายวิญญาณ เราควรจดจำว่า
พระเจ้ารักคน ๆ นั้นมากกว่าที่เราจะสามารถรักได้ – เพราะว่านั่นเป็น
รักมากมายเหลือเกิน ที่พระองค์ได้ส่งพระบุตรของพระองค์มาตาย
และมีชีวิตอยู่เพื่อเรา เราเองต้องยอมให้พระเจ้าต่อสู้กับสงครามนั้น

3 กุญแจไปสู่สงครามฝ่ายวิญญาณ:
ไม่ใช่ด้วยฤทธิ์ ไม่ใช่ด้วยแรง แต่โดยพระวิญญาณบริสุทธิ์

แล้วท่านจึงตอบข้าพเจ้าว่า "นี่เป็นพระวจนะของ
พระเจ้าที่ให้ไว้กับเศรุบบาเบลว่า มิใช่ด้วยกำลัง
มิใช่ด้วยฤทธานุภาพ แต่ด้วยวิญญาณของเรา
พระเจ้าจอม โยธาตรัสดังนี้แหละ

เศคาริยาห์ 4:6

พระเยซูกระทำสิ่งที่พระองค์เห็นพระบิดากระทำ:

> *พระเยซูตรัสกับเขาว่า "เราบอกความจริงแก่ท่านทั้ง*
> *หลายว่า พระบุตรจะกระทำสิ่งใดตามใจไม่ได้*
> *นอกจากที่ได้เห็นพระบิดาทรงกระทำ เพราะสิ่ง*
> *ใดที่พระบิดาทรงกระทำ สิ่งนั้นพระบุตรจึงทรง*
> *กระทำด้วย"*

ยอห์น 5:19

โลหิตของพระเยซู ได้จ่ายราคาทั้งหมดแล้ว

สำหรับหนึ่งในภาพยนตร์ที่รุนแรงที่สุดเกี่ยวกับสงครามที่พระเยซู
ได้ต่อสู้ เราสามารถดูได้ในภาพยนตร์เรื่อง ความทุกข์ทรมานของ
พระเยซู (*Passion of Christ*) นี่เป็นความโหดร้ายทั้งหมดที่เราเห็น
และที่แสดงออกมา เราเห็นพระคริสต์ถูกเฆี่ยนตีและตรึงบนไม้
กางเขน เราต้องตระหนักว่าความโหดร้ายที่พระเยซูมีประสบการณ์
จริง ๆ นั้น ยิ่งใหญ่กว่าสิ่งที่สามารถแสดงผ่านทางจอภาพยนตร์
มากมายนัก

พระเยซูได้จ่ายราคาเพื่อมีสิทธิอำนาจเหนือมาร เราก็เพียงแต่เดิน
ในสิทธิอำนาจของพระองค์เท่านั้น

ขอให้เรามาทบทวน - ผู้นำทีมของเจ้าภาพ

นักรบ

พระเจ้ายอมให้เกิดสถานการณ์ต่าง ๆ ในชีวิตของเรา เพื่อไม่ใช่ให้
มีสิ่งใดมาทำลายเรา แต่เพื่อสอนเราและทำให้เราแข็งแรงขึ้น

ขอสอนมือของข้าพระองค์ให้ทำสงคราม

34 พระองค์ทรงฝึกมือของข้าพเจ้าให้ทำสงคราม ดัง
   นั้นแขนของข้าพเจ้าสามารถทำให้คันธนู
   เหล็กกล้าหักได้
35 พระองค์ประทานโล่แห่งความรอดของพระองค์
   ให้ข้าพระองค์ และพระหัตถ์ขวาของพระองค์ทรง
   ค้ำจุนข้าพระองค์ และซึ่งพระองค์ทรงน้อม
   พระทัยลง ก็กระทำให้ข้าพระองค์เป็นใหญ่ขึ้น
36 พระองค์ประทานที่กว้างขวางสำหรับย่างเท้าของ
   ข้าพระองค์ เท้าของข้าพระองค์จึงไม่พลาด
37 ข้าพระองค์ไล่ตามศัตรูของข้าพระองค์ทัน และไม่
   หันกลับจนกว่าเขาจะถูกผลาญเสียสิ้น
38 ข้าพระองค์ได้แทงเขาทะลุ เขาจึงไม่สามารถลุก
   ขึ้นได้อีก เขาล้มลงที่ใต้เท้าของข้าพระองค์
39 เพราะพระองค์ทรงเอากำลังคาดเอวข้าพระองค์ไว้
   เพื่อทำสงคราม พระองค์ทรงกระทำให้พวกที่ลุก
   ขึ้นต่อสู้กับข้าพระองค์สยบลงอย่างราบคาบ
40 พระองค์ทรงโปรดประทานคอของศัตรูของข้า
   พระองค์แก่ข้าพระองค์ เพื่อข้าพระองค์จะทำลาย
   บรรดาผู้ที่เกลียดชังข้าพระองค์เสียสิ้น

สดุดี 18:34-40

จงดู 2 ซามูเอล 22:35 ด้วยเช่นกัน

สดุดีบทหนึ่งของดาวิด

1 Blessed be the LORD my strength, which สาธุการ
   แด่พระเจ้า พระศิลาของข้าพเจ้า
   ผู้ทรงฝึกมือของข้าพเจ้าให้ทำสงคราม
   และนิ้วมือของข้าพเจ้าให้ทำศึก
   2ทรงเป็นความรักมั่นคง และป้อมปราการ

เป็นที่กำบังเข้มแข็ง และเป็นผู้ช่วยกู้ของข้าพเจ้า
เป็นโล่ของข้าพเจ้า และเป็นผู้ซึ่งข้าพเจ้าลี้ภัย ใน
พระองค์
ผู้ทรงปราบชนชาติทั้งหลายไว้ใต้ข้าพเจ้า

สดุดี 144:1, 2

เพราะว่าศาสตราวุธของเราไม่เป็นฝ่าย โลกียวิสัย
แต่มีฤทธิ์เดชจากพระเจ้า
อาจทำลายป้อมได้

2 โครินธ์ 10:4

ผู้คนพูดกับฉันว่า พวกเขาได้ติดอาวุธของพระเจ้าทุกวันบน
ร่างกาย ฉันบอกพวกเขาว่า "ฉันไม่เคยถอดมันออกเลย" เวลา
กลางคืนเป็นการต่อสู้สำหรับหลาย ๆ คน อาวุธของพระเจ้า คือ
อย่างเดียวกับการสวม ใส่บนพระเยซูคริสต์ คุณสวม ใส่พระเยซูและ
ไม่เคยถอดมันออก มีเวลาที่เฉพาะเจาะจงที่เราอ้างถึงอาวุธนั้น –
และให้ความสำคัญในการใช้มัน จงแน่ใจว่าความคิดของเราได้รับ
การปกป้อง และเราไม่เปิดประตูผ่านทางการโกหก หรือ บาปอื่น ๆ

อาวุธของพระเจ้า

"ฝ่ายบุตรจงนบนอบเชื่อฟังบิดามารดาของตน ใน
องค์พระผู้เป็นเจ้า เพราะกระทำอย่างนั้นเป็นการ
ถูก 2 จง ให้เกียรติแก่บิดามารดาของเจ้า นี่เป็น
พระบัญญัติข้อแรกที่มีพระสัญญาไว้ด้วย 3 เพื่อ
เจ้าจะไปดีมาดีและมีอายุยืนนานที่แผ่นดิน
โลก 4 ฝ่ายท่านผู้เป็นบิดา อย่ายั่วบุตรของตน ให้
เกิดโทสะ แต่จงอบรมบุตรด้วยการสั่งสอน และ
การเตือนสติตามหลักขององค์พระผู้เป็นเจ้า

5ฝ่ายพวกทาส จงเชื่อฟังผู้ที่เป็นนายฝ่ายโลกด้วยใจ
เกรงกลัวจนตัวสั่น ด้วยน้ำใสใจจริงเหมือนที่
กระทำแก่พระคริสต์ 6ไม่เหมือนอย่างคนที่ทำแต่
ต่อหน้า อย่างคนที่ทำให้ชอบใจคน แต่จงทำ
เหมือนอย่างทาสของพระคริสต์ คือกระทำตาม
ชอบพระทัยพระเจ้าด้วยความเต็มใจ 7จง
ปรนนิบัตินายด้วยจิตใจชื่นบาน เหมือนกับ
ปรนนิบัติองค์พระผู้เป็นเจ้า ไม่ใช่ปรนนิบัติ
มนุษย์ 8เพราะท่านรู้อยู่แล้วว่าผู้ใดกระทำความ
ดีประการใด ผู้นั้นก็จะได้รับบำเหน็จอย่างนั้น
จากองค์พระผู้เป็นเจ้าอีก ไม่ว่าเขาจะเป็นทาส
หรือเป็นไท 9ฝ่ายนายจงกระทำต่อทาส ใน
ทำนองเดียวกัน คืออย่าขู่เข็ญเขาเพราะท่านก็รู้
แล้วว่า พระองค์ผู้ทรงเป็นนายของเขาและของ
ท่านนั้นอยู่ในสวรรค์ และพระองค์ไม่ทรงเลือก
หน้าผู้ใดเลย

ยุทธภัณฑ์ทั้งชุดของพระเจ้า

10สุดท้ายนี้ขอท่านจงมีกำลังขึ้น ในองค์พระผู้เป็นเจ้า
และในฤทธิ์เดชอันมหันต์ของพระองค์ 11จงสวม
ยุทธภัณฑ์ทั้งชุดของพระเจ้า เพื่อจะต่อต้านยุทธ
อุบายของพญามารได้ 12เพราะว่าเราไม่ได้ต่อสู้
กับเนื้อหนังและเลือด แต่ต่อสู้กับเทพผู้ครอง
ศักดิเทพ เทพผู้ครองพิภพ ในโมหะความมืดแห่ง
โลกนี้ ต่อสู้กับเหล่าวิญญาณที่ชั่ว ในสถานฟ้า
อากาศ 13เหตุฉะนั้นจงรับยุทธภัณฑ์ทั้งชุดของ
พระเจ้าไว้ เพื่อท่านจะได้ต่อต้าน ในวันอันชั่วร้าย
นั้น และเมื่อเสร็จแล้วจะอยู่อย่างมั่นคงได้ 14เหตุ
ฉะนั้นท่านจงมั่นคง เอาความจริงคาดเอว เอา
ความชอบธรรมเป็นทับทรวงเครื่องป้องกัน
อก 15และเอาข่าวประเสริฐแห่งสันติสุข ซึ่งเป็น
เหตุให้เกิดความพรั่งพร้อมมาสวมเป็น

รองเท้า 16 และพร้อมกับสิ่งทั้งหมดนี้ จงเอาความ
เชื่อเป็นโล่ ด้วยโล่นั้นท่านจะได้ดับลูกศรเพลิง
ของพญามารเสีย 17 จงเอาความรอดเป็น
หมวกเหล็กป้องกันศีรษะ และจงถือพระแสงของ
พระวิญญาณ คือ พระวจนะของพระเจ้า 18 จง
อธิษฐานวิงวอนทุกอย่าง จงขอ โดยพระวิญญาณ
ทุกเวลา ทั้งนี้จงระวังตัวด้วยความเพียรทุกอย่าง
จงอธิษฐานเพื่อธรรมิกชนทุกคน"

เอเฟซัส 6:10-18

สงครามเป็นของพระเจ้า – ไม่ใช่ของเรา

ถ้าคุณไปยังฐานกองทัพและใช้อาวุธ – มันไม่จำเป็นต้อง
หมายความว่าคุณอยู่ในกองทัพ ถ้าคุณอยู่ในกองทัพ สิ่งแรกที่คุณ
ประกาศคือ ความจงรักภักดีต่อประเทศ และรัฐบาลนั้นฝึกและนำ
คุณ เพียงแต่ถ้าผู้คน "พยากรณ์ ขับผี และทำการที่อัศจรรย์" ไม่ได้
หมายความว่า พวกเขากำลังทำสิ่งที่พระเจ้ากำลังสำแดง ให้พวก
เขาทำ มันไม่ได้หมายความว่าพวกเขาถูกเคลื่อนด้วยความเห็นอก
เห็นใจ หรือเชื่อฟังกษัตริย์แห่งกษัตริย์

"การขับผี" – เราไม่รู้จักเจ้า

มิใช่ทุกคนที่เรียกเราว่า "พระองค์เจ้าข้า พระองค์
เจ้าข้า" จะได้เข้า ในแผ่นดินสวรรค์ แต่ผู้ที่
ปฏิบัติตามพระทัยพระบิดาของเรา ผู้ทรงสถิต
ในสวรรค์จึงจะเข้าได้ 22 เมื่อถึงวันนั้นจะมีคนเป็น
อันมากร้องแก่เราว่า "พระองค์เจ้าข้า พระองค์
เจ้าข้า ข้าพระองค์กล่าวพระวจนะ ในพระนาม
ของพระองค์ และได้ขับผีออก ในพระนามของ
พระองค์ และได้กระทำการมหัศจรรย์เป็นอัน
มากในพระนามของพระองค์ มิใช่หรือ" 23 เมื่อ

นั้นเราจะได้กล่าวแก่เขาว่า “เราไม่เคยรู้จักเจ้าเลย เจ้าผู้กระทำความชั่ว จงไปเสีย ให้พ้นหน้าเรา”

มัทธิว 7:21-23

พระเจ้ากำลังฝึกนักรบเพื่ออาณาจักรของพระองค์ ผู้ที่จะรู้ว่าพระองค์เป็นใคร จงติดตามทิศทางของพระองค์ และผู้ที่เคลื่อนด้วยความรักของพระองค์ แล้วเมื่อเราพบกับพระเจ้า พระองค์จะกล่าวว่ายินดีต้อนรับกลับบ้าน ทาสผู้ซื่อสัตย์ของเรา

จงอ่าน 2 พงศาวดาร 20

เยโฮชาฟัทมีปัญหาหนึ่งที่รุนแรง ศัตรูกำลังจะทำลายอาณาจักรของพระองค์ ที่มีสามกองทัพ – ถ้าคุณถูกนำไปตามทางของพระองค์ด้วยความคิดเดียวในสมอง คือ การทำลาย! ขอให้เรามาดูว่า ก้าวใดที่เยโฮชาฟัทได้เลือก

เยโฮชาฟัทได้อ้างถึง การอดอาหาร และการแสวงหาพระเจ้า

และอยู่มาภายหลัง คนโมอับและคนอัมโมน และคนเมอูนี บางคนพร้อมกับเขาทั้งหลาย ได้ขึ้นมาทำสงครามกับเยโฮชาฟัท 2มีคนมาทูลเยโฮชาฟัทว่า “มีคนหมู่ใหญ่มาสู้รบกับฝ่าพระบาทจากเอโดม จากฟากทะเลข้างโน้น และดูเถิด เขาทั้งหลายอยู่ในฮาซาโซนทามาร์” (คือ เอนกาดี) 3และเยโฮชาฟัทก็กลัว และมุ่งแสวงหาพระเจ้า และได้ทรงประกาศให้อดอาหารทั่วยูดาห์ 4และยูดาห์ได้ชุมนุมกันแสวงหาความช่วยเหลือจากพระเจ้า เขาทั้งหลายพากันมาจากหัวเมืองทั้งสิ้นแห่งยูดาห์ เพื่อแสวงหาพระเจ้า

II พงศาวดาร 20:1-4

คำตอบของพระเจ้าต่อเยโฮชาฟัท

และเขาได้พูดว่า "ยูดาห์ทั้งปวงและชาวเยรูซาเล็มทั้งหลาย กับกษัตริย์เยโฮชาฟัท ขอจงฟัง พระเจ้าตรัสดังนี้แก่ท่านทั้งหลายว่า "อย่ากลัวเลย และอย่าท้อถอยด้วยคนหมู่มหึมานี้เลย เพราะว่าการสงครามนั้นไม่ใช่ของท่าน แต่เป็นของพระเจ้า"

2 พงศาวดาร 20:15

เมื่อพระเจ้าได้ตอบเยโฮชาฟัท เขาก็นมัสการพระองค์

แล้วเยโฮชาฟัทโน้มพระเศียรก้มพระพักตร์ของพระองค์ ลงถึงดิน และยูดาห์ทั้งปวงกับชาวเยรูซาเล็มได้กราบลงต่อพระเจ้า นมัสการพระเจ้า 19และคนเลวี จากพงศ์พันธุ์โคฮาทและพงศ์พันธุ์คนโคราห์ ได้ยืนขึ้นถวายสรรเสริญแด่พระเยโฮวาห์ พระเจ้าแห่งอิสราเอลด้วยเสียงอันดัง

2 พงศาวดาร 20:18, 19

เยโฮชาฟัทลุกขึ้นแต่เช้า และได้เชื่อฟังพระเจ้า

และเขาทั้งหลายได้ลุกขึ้นแต่เช้าและออกไปในถิ่นทุรกันดารถึงเทโคอา และเมื่อเขาออกไป เยโฮชาฟัทประทับยืนและตรัสว่า "ยูดาห์และชาวเยรูซาเล็มเอ๋ย จงฟังข้าพเจ้า จงวางใจในพระเยโฮวาห์พระเจ้าของท่าน และท่านจะตั้งมั่นคงอยู่ จงเชื่อบรรดาผู้เผยพระวจนะของพระองค์ และท่าน จะสำเร็จผล"

2 พงศาวดาร 20:20

เยโฮชาฟัทได้จัดนักร้อง และนักเต้นรำไว้ข้างหน้า เพื่อสรรเสริญพระเจ้า

และเมื่อพระองค์ได้ปรึกษากับประชาชนแล้ว
พระองค์ได้ทรงแต่งตั้งบรรดาผู้ที่จะร้องเพลง
ถวายพระเจ้า
และแต่งกายด้วยเครื่องบริสุทธิ์สรรเสริญพระองค์
ขณะเมื่อเขาเดินออกไปหน้าศัตรู และว่า
"จงถวาย โมทนาแด่พระเจ้า
เพราะความรักมั่นคงของพระองค์ดำรงอยู่เป็นนิตย์"
22*และเมื่อเขาทั้งหลายตั้งต้นร้องเพลงสรรเสริญ*
พระเจ้าทรงจัดกองซุ่มคอยต่อสู้กับคนอัม โมน
โมอับ และชาวภูเขาเสอีร์
ผู้ได้เข้ามาต่อสู้กับยูดาห์ ดังนั้นเขาทั้งหลายจึงแตก
พ่ายไป

2 พงศาวดาร 20:15

เยโฮชาฟัทได้เก็บรวบรวมสิ่งที่เสียหาย

เมื่อเย โฮชาฟัทและประชาชนของ พระองค์มาเก็บของเสียจากเขาทั้งหลาย เขาพบสัตว์เป็นจำนวนมาก ข้าวของ เสื้อผ้า และของมีค่าต่างๆ ซึ่งเขาเก็บมามากสำหรับตัวจนขนไปไม่ไหว เขาเก็บของที่ริบได้เหล่านั้นสามวัน เพราะมากเหลือเกิน

2 พงศาวดาร 20:25

เยโฮชาฟัทให้ความสำคัญเป็นพิเศษ เพื่อขอบคุณพระเจ้า ที่พระองค์เข้ามาแทรกแซง

ในวันที่สี่เขาทั้งหลายได้ชุมนุมกันที่หุบเขาเบราคาห์ ด้วยที่นั่นเขาสรรเสริญพระเจ้าเพราะพระพร เพราะฉะนั้น เขาจึงเรียกที่นั้นว่าเบราคาห์จนถึง ทุกวันนี้ 27แล้วเขาทั้งหลายกลับไปคนยูดาห์และ เยรูซาเล็มทุกคน และเยโฮชาฟัททรงนำหน้า กลับไปยังเยรูซาเล็มด้วยความชื่นบาน เพราะ พระเจ้าได้ทรงกระทำ ให้เขาเปรมปรีดิ์เย้ยศัตรู ของเขา 28เขาทั้งหลายมายังเยรูซาเล็มด้วยพิณ ใหญ่ และ พิณเขาคู่และแตร ยังพระนิเวศของ พระเจ้า 29และความกลัวพระเจ้ามาอยู่เหนือ บรรดาราช อาณาจักรของประเทศทั้งปวง เมื่อ เขาได้ยินว่าพระเจ้าทรงต่อสู้ศัตรูของอิสราเอล

2 พงศาวดาร 20:26-29

การทรงสถิตของพระเจ้า – การลี้ภัยของเรา – กุญแจของเรา

เพิ่มกุญแจให้มากขึ้น:

- คุณไม่สามารถส่งต่อ สิ่งที่คุณไม่มี
- ถ้าพระเจ้าไม่ให้ทิศทาง – อย่าเคลื่อน โดยข้อสันนิษฐาน
- ไม่มีความกลัว – อย่าให้ที่ว่างกับ ความกลัว
- อย่าโฟกัสบนศัตรู

โฟกัสบนสิ่งที่พระเจ้าทำ และกำลังพูด –
ตอนนี้ อะไรที่ความจำเป็นมากที่สุดของคน ๆ นี้? "พระเจ้า เราควร

จะอธิษฐานอย่างไรในสถานการณ์นี้? ทิศทางของพระองค์คือ อะไร?" อย่าให้ที่ว่างกับความวิตกกังวลและความกลัว จงค้นหา พระคำของพระเจ้าเพื่อให้รู้ว่าพระคำพูดถึงอะไร เกี่ยวกับ สถานการณ์นี้"

แม้ว่า เรากำลังแสวงหาและกำลังรอคอยพระเจ้าสำหรับทิศทาง มันไม่ได้หมายความว่าเราไม่ได้ทำอะไรเลย – ถ้าคุณจำเป็นต้องมี งาน จงตื่นขึ้นแต่เช้าตรู่และอธิษฐาน อาบน้ำและออกไปหางาน ส่วนในการหทาร ทหารก็จะเตรียมอาวุธและรอคำสั่ง จงทำสิ่งที่คุณ รู้ว่าควรจะทำ และจงรอคอยพระเจ้า

สงครามท่ามกลางดนตรี – เยโฮชาฟัททำอะไร?

สรรเสริญและนมัสการเป็นกุญแจที่สำคัญ พระเจ้าอาศัยอยู่การ สรรเสริญของประชากรของพระองค์ และเมื่อเรากำลังปรนนิบัติรับ ใช้ใครสักคน หรือทำสงครามเพื่อชีวิตของตนเอง เราจำเป็นต้องมี การทรงสถิตของพระเจ้า การสรรเสริญจะปรนนิบัตรับใช้ต่อ พระองค์ และต่อเราเช่นกัน

ออกไป 2 x 2

เมื่ออธิษฐานทำการปลดปล่อยเพื่อใครสักคนหนึ่ง การให้คำ ปรึกษา หรือรับใช้ต่อพวกเขา – ขอให้พาใครสักคนไปกับคุณด้วย ถ้าคุณเข้าไปอยู่ในตำแหน่ง ในที่ ๆ คุณต้องรับใช้หรือให้คำปรึกษา ใครสักคนที่เป็นเพศตรงข้าม จงรักษาหัวใจต่อหน้าพระเจ้า และ พาใครสักคนไปกับคุณด้วย อย่าให้อารมณ์เข้ามาเกี่ยวพันมากกับ พวกเขา จนกระทั่งคุณพลาดที่จะช่วยเหลือพวกเขา มันดีที่สุดที่ ผู้ชายรับใช้ผู้ชาย และผู้หญิงรับใช้ผู้หญิง

"แต่เมื่อท่านอธิษฐานอย่าพูดพล่อยๆซ้ำซาก เหมือน คนต่างชาติกระทำเพราะเขาคิดว่าพูดมากหลาย คำ พระจึงจะทรงโปรดฟัง"

มัทธิว 6:7

อย่าโกรธ มีความผยอง หรือหยิ่ง

คุณไม่สามารถขับไล่ความบาปด้วยความบาป ความโกรธ, ความผยอง และความหยิ่ง คือ ความบาป

เพียงแต่เพราะมันทำให้คุณระคายเคือง ไม่ได้หมายความว่ามันเป็นวิญญาณ หรือมันรบกวนพระเจ้า

ฉันได้ยินผู้คนกล่าวว่า "ฉันผูกมัดเจ้า ในพระนามพระเยซู" ในขณะที่พวกเขากำลังพูดกับคู่ครองหรือเพื่อน เพราะว่าคน ๆ นั้นไม่ได้กำลังทำสิ่งที่พวกเขาต้องการ นี่ไม่ได้เกี่ยวกับเรา! มันเกี่ยวกับความรักของพระเจ้าที่สำแดงต่อโลก เพื่อว่าพวกเขาจะรู้จักกับพระองค์! เรากำลังอธิษฐานและกำลังอดอาหารเพื่อเนื้อหนังที่เห็นแก่ตัวของเรา หรือเพื่อความรอดของพวกเขา ใช่หรือไม่?

จงระวังรักษาใจ

อารมณ์ของผู้คนนั้นพุ่งสูงมากในช่วงเวลาหล่านี้ เราต้องรักษาโฟกัสว่านี่ไม่เกี่ยวกับเรา มันเกี่ยวกับ **ความรักบริสุทธิ์ของพระเจ้าที่สำแดงออกมา** ต่อคน ๆ นี้ ที่พวกเขาอาจจะได้รับการรักษาโรคและการฟื้นฟูไปสู่ความไพบูลย์

> *จงรักษาใจของเจ้าด้วยความระวังระไวรอบด้าน*
> *เพราะชีวิตเริ่มต้นออกมาจากใจ*
>
> สุภาษิต 4:23

> *เหตุฉะนั้น คนที่คิดว่าตัวเองมั่นคงดีแล้ว ก็จงระวัง*
> *ให้ดี กลัวว่าจะล้มลง*
>
> I โครินธ์ 10:12

นกตัวหนึ่งอาจจะบินขึ้นสูง แต่อย่ายอมให้พวกมันมาสร้างรังบน ศรีษะของคุณ

ความคิด, ความคิด, ความคิด... ทันทีเมื่อเราได้รับอิสระ และใน ขณะเมื่อเรากำลังทำงานกับผู้อื่น ความคิดอันหนึ่งที่เข้ามาในสมอง ไม่ได้หมายความว่า มันคือ "ผีร้าย" หรือเราพ่ายแพ้ เมื่อความคิด ผิด ๆ เข้ามา **อย่ารับมันและครุ่นคิดอยู่กับมัน** เราไม่จำเป็นต้อง ประณามตนเอง เพียงเพราะว่าความคิดหนึ่งเข้ามาในสมอง พระองค์จะเปลี่ยนชีวิตและความคิดของเรา เมื่อเราแสวงหา พระองค์และยอมจำนนต่อพระองค์

> *เราจะเอาน้ำสะอาดพรมเจ้า และเจ้าจะสะอาดพ้น*
> *จากมลทินทั้งหลายของเจ้า และเราจะชำระเจ้า*
> *จากรูปเคารพทั้งหลายของเจ้า*
>
> เอเสเคียล 36:25

> *เพื่อจะได้ทรงทำ ให้คริสตจักรบริสุทธิ์ โดยการทรง*
> *ชำระด้วยน้ำและพระวจนะ 27เพื่อพระองค์จะได้มี*
> *คริสตจักรที่มีสง่าราศี ไม่มีตำหนิริ้วรอย หรือมล*
> *ทิน ใดๆเลย แต่บริสุทธิ์ปราศจากตำหนิ*
>
> เอเฟซัส 5:26-27

ขอให้เรามาทบทวน - นักรบ

ศัตรู

พระเยซู และเปาโลรู้จัก แต่เจ้าเป็นใคร?

ฝ่ายผีร้ายจึงพูดกับเขาว่า "พระเยซู ข้าก็คุ้นเคย และ
เปาโล ข้าก็รู้จัก แต่พวกเจ้าเป็นผู้ใดเล่า"

กิจการ 19:15

ศัตรูของพระเจ้านั้นแข็งแรง และมีอำนาจ แต่เราเล่นกับมันไม่ได้

"โอ ดาวประจำกลางวันเอ๋ย พ่อโอรสแห่งพระอรุณ
เจ้าร่วงลงมาจากฟ้าสวรรค์แล้วซิ
เจ้าถูกตัดลงมายังพื้นดินอย่างไรหนอ
เจ้าผู้กระทำให้บรรดาประชาชาติตกต่ำน่ะ"

อิสยาห์ 14:12

ศัตรูเกลียดชังพระเจ้า มันเกลียดชังเรา เพราะว่าเราได้รับการก่อ
ร่างขึ้นในพระฉายของพระเจ้า และเราได้เตือนมันเกี่ยวกับพระเจ้า

พระเจ้าจึงตรัสแก่งูว่า
"เพราะเหตุที่เจ้าทำเช่นนี้
เจ้าจะต้องถูกสาปแช่งมากกว่าสัตว์ใช้งานและสัตว์
ป่าทั้งปวง
จะต้องเลื้อยไปด้วยท้อง
จะต้องกินผงคลีดินจนตลอดชีวิต
15เราจะให้เจ้ากับหญิงนี้เป็นศัตรูกัน
ทั้งพงศ์พันธุ์ของเจ้าและพงศ์พันธุ์ของเขาด้วย
พงศ์พันธุ์ของหญิงจะทำให้หัวของเจ้าแหลก
และเจ้าจะทำให้ส้นเท้าของเขาฟกช้ำ"

ปฐมกาล 3:14, 15

ลักษณะของเนื้อหนัง: ทุกสิ่งที่เราเป็นต่อหน้าพระคริสต์ ทุกสิ่งนั้นเราได้รับมรดกจากอาดัม ทุกสิ่งเป็นการทำงานในดีเอนเอของอาดัม

ลักษณะเนื้อหนังของเรา – ไม่ว่าเราจะตกแต่งมัน หรือซ่อนเร้นมัน มันไม่มีอำนาจเมื่อมาถึงสิ่งที่เป็นฝ่ายวิญญาณ และมันไม่มีอำนาจเหนือศัตรูของพระเจ้า ความหวังและกำลังของเรา:

พระเยซูได้จ่ายราคา เพื่อนำสิทธิอำนาจมาเหนือผีร้าย

เราแตะเข้าไป และเดินในสิทธิอำนาจของพระองค์

> *เพราะว่า ถึงแม้ว่าเราอยู่ในโลกก็จริง แต่เราก็มิได้สู้รบตามโลกียวิสัย 4เพราะว่าศาสตราวุธของเราไม่เป็นฝ่ายโลกียวิสัย แต่มีฤทธิ์เดชจากพระเจ้าอาจทำลายป้อมได้ 5คือทำลายความคิดที่มีเหตุผลจอมปลอม และทิฐิมานะทุกประการที่ตั้งตัวขึ้นขัดขวางความรู้ของพระเจ้า และน้อมนำความคิดทุกประการให้เข้าอยู่ใต้บังคับจนถึงรับฟังพระคริสต์*
>
> 2 โครินธ์ 10:3-5

อย่าให้ที่อยู่กับผีร้าย

สงครามฝ่ายวิญญาณเคลื่อนผ่านสิทธิอำนาจของพระเยซูคริสต์ เราไม่สามารถขับไล่บาปด้วยบาป พระวจนะนี้บอกเราถึงวิธีที่จะไม่ให้ที่อยู่กับผีร้าย:

> *ท่านจงทิ้งตัวเก่าของท่าน ซึ่งคู่กับวิถีชีวิตเดิมนั้นเสีย อันจะเสื่อมเสียไปสู่ความตายตามตัณหาอันเป็นที่หลอกลวง 23และจงให้วิญญาณจิตของท่านเปลี่ยนใหม่ 24และให้ท่านสวมสภาพใหม่ ซึ่ง*

ทรงสร้างขึ้นใหม่ตามแบบอย่างของพระเจ้า ใน
ความชอบธรรมและความบริสุทธิ์ที่แท้จริง
25เหตุฉะนั้นท่านจงเลิกพูดมุสาเสีย และจงพูดความ
จริงต่อกัน เพราะว่าเราต่างก็เป็นอวัยวะของกัน
และกัน 26จะโกรธก็โกรธได้ แต่อย่าทำบาป อย่า
ให้ถึงตะวันตกท่านยังโกรธอยู่ 27และอย่าให้
โอกาสแก่มาร 28คนที่เคยขโมยก็อย่าขโมยอีก
แต่จง ใช้มือทำงานที่ดีดีกว่า เพื่อจะได้มีอะไรๆ
แจก ให้แก่คนที่ขัดสน 29อย่า ให้คำหยาบคาย
ออกมาจากปากท่านเลย แต่จงกล่าวคำที่ดีและ
เป็นประโยชน์ให้เหมาะสมกับความต้องการ
เพื่อจะได้เป็นคุณแก่คนที่ได้ยินได้ฟัง 30และอย่า
ทำ ให้พระวิญญาณบริสุทธิ์ของพระเจ้าเสีย
พระทัย เพราะโดยพระวิญญาณนั้นท่านได้ถูก
ประทับตราหมายท่านไว้ เพื่อวันที่จะทรงไถ่ ให้
รอด 31จง ให้ใจขมขื่น และ ใจขัดเคือง และ ใจ
โกรธ และการทะเลาะเถียงกัน และการพูด ให้
ร้าย กับการคิดปองร้ายทุกอย่างอยู่ห่างไกลจาก
ท่านเถิด 32และท่านจงเมตตาต่อกัน มีใจเอ็นดู
ต่อกัน และอภัย โทษ ให้กัน เหมือนดังที่พระเจ้า
ได้ทรง โปรดอภัย โทษ ให้แก่ท่าน ในพระคริสต์
นั้น

เอเฟซัส 4:22-32

อาวุธที่ศัตรู ทำให้เกิดการแตกแยก:

เมื่อเราฝึกรับใช้ และศิษยาภิบาลมองเห็นหนึ่งในคำถามที่ผุดขึ้น
มา คือ เหตุใดเมื่อพวกเขาไปยังทุ่งนา จนถึงสถานที่มืดมิด จุดจบ
มักจะเป็นการต่อสู้กันเอง พระเจ้าบังคับบัญชาพระพรเมื่อมีความ
เป็นน้ำหนึ่งใจเดียวกัน ศัตรูของพระเจ้าสนุกกับการแตกแยก –
หนึ่งในยุทธวิธีสงครามที่ยิ่งใหญ่ที่สุด คือ เป็นเหตุให้เกิดความ
แตกแยกในค่ายของศัตรู – ทำให้พวกเขาต่อสู้กันเอง

เมื่อเรารู้สึกถึงการแตกแยกที่เกิดขึ้น จงอธิษฐานต่อต้านมัน และ
ยอมให้ความรักของพระเจ้าลื่นไหลผ่านเราไปสู่กันและกัน และปฏิ
เสธที่จะตอบสนองต่อเนื้อหนัง ด้วยเนื้อหนังของเรา

อาวุธของพระคริสต์

> เหตุฉะนั้นจงรับยุทธภัณฑ์ทั้งชุดของพระเจ้าไว้ เพื่อ
> ท่านจะได้ต่อต้าน ในวันอันชั่วร้ายนั้น และเมื่อ
> เสร็จแล้วจะอยู่อย่างมั่นคงได้ 14เหตุฉะนั้นท่าน
> จงมั่นคง เอาความจริงคาดเอว เอาความชอบ
> ธรรมเป็นทับทรวงเครื่องป้องกันอก 15และเอา
> ข่าวประเสริฐแห่งสันติสุข ซึ่งเป็นเหตุให้เกิด
> ความพรั่งพร้อมมาสวมเป็นรองเท้า 16และพร้อม
> กับสิ่งทั้งหมดนี้ จงเอาความเชื่อเป็นโล่ ด้วยโล่
> นั้นท่านจะได้ดับลูกศรเพลิงของพญามาร
> เสีย 17จงเอาความรอดเป็นหมวกเหล็กป้องกัน
> ศีรษะ และจงถือพระแสงของพระวิญญาณ คือ
> พระวจนะของพระเจ้า 18จงอธิษฐานวิงวอนทุก
> อย่าง จงขอ โดยพระวิญญาณทุกเวลา ทั้งนี้จง
> ระวังตัวด้วยความเพียรทุกอย่าง จงอธิษฐานเพื่อ
> ธรรมิกชนทุกคน 19และอธิษฐานเพื่อข้าพเจ้า

เอเฟซัส 6:13-18

แต่ท่านจงประดับกายด้วยพระเยซูคริสตเจ้า และอย่า
จัดเตรียมอะไรไว้บำรุงบำเรอตัณหาของเนื้อหนัง

โรม 13:14

คุณสังเกตเห็นถึงอาวุธของพระคริสต์ที่ถูกปกป้องไว้ เมื่อเราสวมใส่
พระเยซูคริสต์หรือไม่? ศรีษะของเราถูกปกคลุมด้วยความรอด การ
บัพติศมาด้วยน้ำทำลายธรรมชาติของอาดัม เมื่อเราเดินใน
วิญญาณของพระเจ้า และเราปกคลุมพื้นที่ของชีวิตซึ่งมอบถวาย
ด้วยความจริง และความชอบธรรมหรือไม่?

เมื่อเราสวมใส่พระเยซูคริสต์ และไม่เตรียมสิ่งต่าง ๆ เพื่อเนื้อหนัง –
เราก็อาศัยอยู่ในอาวุธของพระองค์

ศัตรูเกลียดพระเจ้า และมันเกลียดเราเพราะว่าเราถูกก่อร่างขึ้นใน
พระฉายของพระเจ้า และสิ่งนี้เตือนมันเกี่ยวกับพระองค์ เราไม่ไว้
วางใจศัตรู หรือสิ่งที่มันพูด เมื่อเราเห็นพระองค์ เราถามว่า
"พระเจ้า อะไรคือสิ่งที่พระองค์ต้องการให้ฉันทำ เกี่ยวกับ
สถานการณ์นี้" เราเริ่มอธิษฐานเผื่อบุคคล และแสวงหาพระเจ้าเพื่อ
ความรอดของเขา แล้วเมื่อมันมาถึงเวลาที่จะอธิษฐาน เราผูกมัด
อำนาจเหล่านั้นลงไปยังหลุมของนรก ในพระนามพระเยซูคริสต์
เราอธิษฐานโดยสิทธิอำนาจของพระองค์ ผู้ที่ได้จ่ายราคาแล้ว

ข้อความที่ตัดตอนมาจาก "การอธิษฐานวิงวอน"

จงอ่านดาเนียล บทที่ *10*

ดาเนียลเริ่มอธิษฐาน และในขณะนั้นพระเจ้าได้ยินสิ่งที่เขามีความ
ตั้งใจให้หัวใจมุ่งไปที่พระเจ้า พระองค์ได้ยินและรู้ว่าหัวใจของดา
เนียลร้องไห้ แต่ว่าฤทธิ์เดชและอาณาจักรในสถานฟ้าอากาศใน
เวลานั้น ได้ลุกขึ้นปกป้องคำอธิษฐานไว้จากการที่พระเจ้าจะเข้ามา

และในทุกสิ่งในขณะที่ดาเนียลกำลังอธิษฐาน พระเจ้าก็กำลังเปิด
เผยพระองค์เองต่อดาเนียล มันคือพระคริสต์ที่ดาเนียลเห็น และสิ่ง
นั้นได้ปรนนิบัติเขา ตาเขาพูดว่า มันใช้เวลายาวนานถึง 21 วัน เพื่อ
ทะลุทะลวงอาณาจักรและฤทธิ์เดชนั้น ที่อยู่ในสถานฟ้าอากาศ
และดาเนียลรู้ว่าพระเจ้าได้ยินคำอธิษฐานของเขา แต่พระองค์ไม่
สามารถนำคำตอบเข้ามา จนกระทั่งพระองค์ได้ทำสงครามฝ่าย
วิญญาณในสวรรค์สำเร็จลง

ฉันรู้ถึงฤทธิ์เดชของซาตานว่ามันหนักยิ่งกว่า เหนือเมืองบางเมือง
เสียอีก สิ่งเหล่านี้เป็นฤทธิ์เดชที่ศัตรูได้วางไว้เหนือพื้นที่ ๆ และมัน
อ้อยอิงอยู่ตรงนั้น ดังนั้น ดาเนียลไม่ได้รับประทานอาหาร ฉันคิด
ว่าเขาต้องอดอาหารเป็นเวลา 21 วัน แต่พระเจ้าต้องการให้เขารู้
ว่า ในช่วงเวลานั้นที่เขาได้ตั้งใจที่จะอธิษฐาน – พระองค์ได้ยินคำ
อธิษฐานของเขา

ฉันรู้ว่าสิ่งนี้ถูกต้อง พระเจ้าได้ให้สิ่งที่ยิ่งใหญ่แก่เรา และเราได้รับ
การอวยพรด้วยพระวิญญาณบริสุทธิ์ เราได้รับการอวยพรด้วย
พระองค์ที่รับเอาคำอธิษฐานไว้แล้ว และนำขึ้นไปให้พระบิดาตาม
น้ำพระทัยของพระองค์ เราได้รับการอวยพร แม้ว่าอาณาเขตนั้น
จะถูกโยนลงมายังโลก ตอนนี้ซาตานไม่สามารถไปสวรรค์ เพื่อ
ประกาศต่อพระบิดาในสิ่งต่าง ๆ ที่มันต่อต้านเรา พระเจ้าได้ให้
สิทธิอำนาจและการครอบครองแก่เรา เพื่อดึงฤทธิ์เดชและ
อาณาเขตลงมาผ่านทางคำอธิษฐานวิงวอนนั่นเอง

ศาสนาจารย์ แอ็กเนส ไอ. นูเมอร์

ขอให้ทบทวน - ศัตรู

ขอให้ทบทวน - ศัตรู

นักโทษ

นักโทษในตอนนี้สามารถเป็นใครก็ได้ ไม่ว่าจะเป็นเพื่อนบ้านของคุณ
ผู้คนบนถนน ครอบครัวของคุณ และแม้แต่ตัวคุณก็เป็นนักโทษได้

แต่พระเจ้าไม่เคยตั้งใจให้เราเป็นนักโทษ

> *แต่ว่าพระคุณนั้นทรง โปรดประทานแก่เราทุกๆคน*
> *ตามขนาดที่พระคริสต์ประทาน ให้*
> *8เหตุฉะนั้นจึงมีพระวจนะว่า*
> *ครั้นพระองค์เสด็จขึ้นไปสู่ที่สูง พระองค์ก็ทรงนำพวก*
> *เชลยไป*
> *และประทานของประทานแก่มนุษย์*

เอเฟซัส 4:7, 8

พระวิญญาณแห่งพระเป็นเจ้าทรงอยู่เหนือข้าพเจ้า
เพราะว่าพระองค์ได้ทรงเจิมตั้งข้าพเจ้าไว้
เพื่อนำข่าวดีมายังคนยากจน
พระองค์ได้ทรง ใช้ข้าพเจ้า ให้ร้องประกาศอิสรภาพ
แก่บรรดาเชลย
ให้ประกาศแก่คนตาบอดว่าจะได้เห็นอีก
ให้ปล่อยผู้ถูกบีบบังคับเป็นอิสระ
19 *และให้ประกาศปีแห่งความ โปรดปรานของพระ*
เป็นเจ้า

ลูกา 4:18, 19

จากก่อนหน้า การล้มลงของอาดัมคนแรก พระเจ้ามีแผนที่จะฟื้นฟู ประชากรของพระองค์ ให้กลับคืนมาสู่พระองค์

หัวใจของพระเจ้านั้น เคลื่อนอย่างต่อเนื่องด้วยความเห็นอกเห็นใจ เพื่อประชากรของพระองค์ ที่พวกเขาจะโอบกอดธรรมชาติของ พระองค์อย่างแท้จริง นั้นคือพระลักษณะ – และอยู่ในสันติสุขของ พระองค์

ข้าแต่พระเจ้า พระองค์จะสถาปนาศานติภาพเพื่อข้า
พระองค์ทั้งหลาย
พระองค์ได้ทรงกระทำบรรดากิจการของพระองค์
เพื่อข้าพระองค์
13*ข้าแต่พระเย โฮวาห์ พระเจ้าของข้าพระองค์*
เจ้านายอื่นนอกเหนือพระองค์ได้ครอบครองพวกข้า
พระองค์
แต่ข้าพระองค์รับรู้แต่พระนามของพระองค์เท่านั้น
14 *เขาทั้งหลายตายแล้ว เขาจะไม่มีชีวิตอีก*
เขาเป็นชาวแดนคนตาย เขาจะไม่เป็นขึ้นอีก

เพื่อเป็นเช่นนั้นพระองค์ได้ทรงเยี่ยมเยียนและทรง
ทำลายเขา
และทรงกวาดอนุสรณ์ทั้งสิ้นของเขาเสีย

อิสยาห์ 26:12-14

ในชีวิตของเรา พระเจ้าไม่ได้เพียงแต่ต้องการทำลายศัตรู แต่เพื่อทำให้แม้แต่ความทรงจำของศัตรูสลายไป! นี่คือแผนของพระองค์! นักโทษมากมายไม่ได้ตระหนักว่า พระเจ้าต้องการให้พวกเขามีสันติสุข

พระเยซูได้ขับผีร้ายที่เป็นใบ้ ...คน ๆ นั้นไม่สามารพูดได้ เมื่อพระองค์ทำงานเสร็จ ผู้คนสงสัยว่าสิ่งนี้เกิดขึ้นได้อย่างไร ลองจินตนาการถึงความกลัวและความงงงวย – การปลดปล่อยนี้ คือบางสิ่งที่ไม่มีใครเคยเห็นในช่วงวันเวลาของพระเยซู และแล้วพระเยซูได้ฉวยโอกาสสอนบทเรียน เกี่ยวกับสงครามฝ่ายวิญญาณให้กับพวกที่มีหู ที่จะได้ยิน:

เมื่อผีโสโครกออกมาจากผู้ใดแล้ว มันก็ท่องเที่ยวไป
ในที่กันดารน้ำเพื่อแสวงหาที่หยุดพัก แต่เมื่อไม่
พบมันจึงกล่าวว่า ข้าจะกลับไปยังเรือนของข้าที่
ได้ออกมานั้น 25และเมื่อมาถึงก็เห็นเรือนนั้น
กวาดและตกแต่งไว้แล้ว 26มันจึงไปรับเอาผีอื่น
อีกเจ็ดผีร้ายกว่ามันเอง แล้วก็เข้าไปอาศัยที่นั่น
และในที่สุดคนนั้นก็ตกที่นั่งร้ายกว่าตอนแรก

ลูกา 11:24-26

”พระเยซูไม่ได้ผ่านการตรึงกางเขนเพียงเพื่อทำครึ่ง ๆ กลาง ๆ พระองค์ได้ทำงานที่สมบูรณ์ – แต่มันคือเรา ที่ทำงานครึ่ง ๆ กลาง ๆ

พระเจ้าได้ให้นิมิตของคฤหาสน์ที่สวยงามแต่สกปรก พระองค์กล่าวว่านี่คือวิถีที่พวกเราเคยเป็น พระองค์กล่าวว่าเราได้ซื้อเจ้าแล้ว แต่ตอนนี้เรากำลังจะชำระเจ้า เจ้าเป็นเหมือนกับคฤหาสน์หลังนี้ที่มีใยแมงมุม, กำแพงดำ, สิ่งสกปรกทั่วไปหมด และแล้วพระเจ้ากล่าวว่า เรากำลังจะทำให้เจ้าเป็นหนุ่มเป็นสาว และเราจะเปลี่ยนแปลงเจ้า

เรากล่าวว่าฉันรักพระองค์ พระเจ้า และฉันยอมให้พระองค์ทำความสะอาดบ้านของฉัน – แต่ห้องอื่น ๆ ถูกล็อคหมด! นั่นไม่ใช่วิธีที่เราควรปรนนิบัติรับใช้พระองค์ เราต้องเปิดบ้านทั้งหมดให้กับพระองค์ หรือไม่พระองค์จะไม่รับเราเลย

อะไรจะเกิดขึ้น ถ้าคุณได้ซื้อบ้าน และเจ้าของเดิมต้องการอาศัยอยู่ในบ้าน – คุณจ่ายราคาให้สำหรับบ้านทั้งหลัง และเขายังเก็บ ¾ ของบ้านไว้?

มันเป็นลักษณะเดียวกันกับพระเยซู – เราไม่สามารถรับใช้พระองค์ครึ่งทางได้ เราต้องเข้ามาด้วยหัวใจทั้งหมด ด้วยวิญญาณ ความคิด และกำลังทั้งหมดของเรา – ร่างกาย, จิตใจ และวิญญาณ พระเยซูได้จ่ายราคานั้นแล้ว

พระเจ้าได้ปลดปล่อยบางคน และ “บ้าน” ของพวกเขาได้รับการกวาดให้สะอาด แล้วพวกเขาเติม “บ้าน” ของเขาให้เต็ม ด้วยอะไรหรือ?

> *มันจึงไปรับเอาผีอื่นอีกเจ็ดผีร้ายกว่ามันเอง แล้วก็เข้าไปอาศัยที่นั่น และในที่สุดคนนั้นก็ตกที่นั่งร้ายกว่าตอนแรก*
>
> ลูกา 11:26

หลังจากการปลดปล่อย ผู้คนสามารถรู้สึกว่างเปล่า และสูญเสียไปบ้าง เจ้านายเดิมในพื้นที่ชีวิตของพวกเขานั้นได้ไปแล้ว และตอนนี้พวกเขาทำอะไรหรือ? พื้นที่เหล่านี้ จำเป็นต้องได้รับการเติมเต็มด้วยพระเจ้า! จงอธิษฐานขอให้พระเจ้าเติมคน ๆ นั้นด้วยสันติสุขและความชื่นชมยินดีของพระองค์ ถ้าพวกเขาไม่ได้บังเกิดใหม่ จงสอนพวกเขาเกี่ยวกับความรอด และถามเขาว่าจะรับพระเยซูเข้ามาในหัวใจหรือไม่ จงนำพวกเขาไปยังอีกระดับในการเดินกับพระเจ้า จงสอนพวกเขาถึงวิธีที่จะปิดประตู ที่พวกเขาได้เปิดให้กับศัตรู จงหนุนใจพวกเขาให้ไปคริสตจักร และมีสามัคคีธรรมกับพวกที่จะรับใช้ด้วยพลังและการรักษาโรค

> *พระเยซูทรงเงยพระพักตร์ขึ้นตรัสกับนางว่า หญิงเอ๋ย พวกเขาไปไหนหมด ไม่มีใครเอาโทษเจ้าหรือ 11 นางนั้นทูลว่า พระองค์เจ้าข้า ไม่มีผู้ใดเลย และพระเยซูตรัสว่า เราก็ไม่เอาโทษเจ้าเหมือนกัน จงไปเถิดและอย่าทำผิดอีก*
>
> ยอห์น 8:10, 11

ขอให้ทบทวน - นักโทษ

อาวุธของเรา

> *3 เพราะว่า ถึงแม้ว่าเราอยู่ในโลกก็จริง แต่เราก็มิได้สู้รบตามโลกียวิสัย 4 เพราะว่าศาสตราวุธของเราไม่เป็นฝ่ายโลกียวิสัย แต่มีฤทธิ์เดชจากพระเจ้าอาจทำลายป้อมได้ 5 คือทำลายความคิดที่มีเหตุผลจอมปลอม และทิฐิมานะทุกประการที่ตั้งตัวขึ้นขัดขวางความรู้ของพระเจ้า และน้อมนำความคิดทุกประการให้เข้าอยู่ใต้บังคับจนถึงรับ*

ฟังพระคริสต์ 6และพร้อมที่จะลงโทษทุกคนที่ไม่เชื่อฟัง ในเมื่อท่านรับว่าจะเชื่อฟังอย่างสมบูรณ์แล้ว

2 โครินธ์ 10:3-6

รายงานของใคร ที่คุณจะเชื่อได้?

พระคำของพระเจ้ากล่าวว่า เราจะรู้ความจริง และความจริงจะทำให้เราเป็นไท ความจริงนั้นมาจากไหนหรือ? คุณจะเชื่อในพระคำพระเจ้าไหม หรือคุณจะเชื่อในดวงชะตาของคุณ หรือบางคนที่อ่านลายมือ คุณจะเชื่อในสรรพสิ่ง --- หรือเชื่อในผู้สร้าง? คุณจะกะเทาะลักษณะของพระเจ้า หรือ ลักษณะของอาดัม?

เราไม่สามารถสั่นไหวไปมาได้ ถ้าเราให้สงครามเป็นของพระเจ้า หรือเราจะต่อสู้ด้วยจิตใจที่เป็นเนื้อหนัง –คือ สู้โดยความรู้ทางโลกของเรา และด้วยดีเอนเอของอาดัม แต่เราไม่สามารถเป็นคนสองใจ และคาดหวังให้เป็นอิสระได้

ละทิ้งสิ่งที่ผูกมัดอยู่

อธิษฐานเผื่อให้ความมืดบอดจะออกไปจากจิตใจของนักโทษหรือทาส เพื่อว่าเขาจะได้เห็นพระเยซู ผู้ริเริ่ม และผู้จบด้วยความเชื่อ นักโทษต้องเอื้อมไปหาพระเจ้า เราสามารถกระทำบางส่วนของสงครามได้ แต่นักโทษต้องตัดสินใจเอง เพื่อว่าเขาจะยังคงเป็นอิสระ

ละทิ้งหมายความว่าอะไร?

ละทิ้งหมายความว่า เพื่อที่จะ "ไม่เป็นเจ้าของ" เครื่องผูกมัดอะไรก็ตามที่นักโทษมี เขาต้องปล่อยมัน และ "ไม่เป็นเจ้าของ" มัน แต่ให้สำนึกบาปและเดินหนีไป วันหนึ่งพระเยซูได้แสดงให้ฉันเห็นทุ่งนาแห่งหนึ่ง พร้อมกับป้าย "ห้ามบุกรุก" ในที่นั้น เมื่อเราเป็นของพระเยซู ผีร้ายเป็นผู้บุกรุก จงบอกให้มันไป เราต้องละทิ้งคำมุสา

ทั้งหมด ความไม่สัตย์ซื่อ, ความคดโกง และบาปที่เปิดประตูสำหรับ "ผู้บุกรุก" ทันทีที่เราเป็นของพระเจ้า เรามีสิทธิที่จะบอก "ผู้บุกรุก" ให้ไป และไม่ต้องกลับมาอีก

พระเยซูทำอะไรหรือ?

พระเยซูทำอะไรหรือ เมื่อพระองค์เผชิญกับสงครามฝ่ายวิญญาณ?

หลังจากพระเยซูอยู่ในถิ่นทุรกันดาร และเอาชนะซาตาน โดยไม่ตกอยู่ในการทดลอง พระองค์ได้ไปในพระวิหารด้วยคำพยาน และประกาศพระประสงค์ของพระองค์ในชีวิต

จงอ่านจาก ลูกาบทที่ 4:

> *พระเยซูทรงประกอบด้วยพระวิญญาณบริสุทธิ์ ได้*
> *กลับไปจากแม่น้ำจอร์แดน และพระวิญญาณได้*
> *ทรงนำพระองค์ไป 2 ถึงสี่สิบวัน ในถิ่นทุรกันดาร*
> *ทรงถูกมารทดลอง ในวันเหล่านั้นพระองค์มิได้*
> *เสวยอะไรเลย และเมื่อสิ้นสี่สิบวันแล้ว พระองค์*
> *ทรงอยากพระกระยาหาร 3 มารจึงทูลพระองค์ว่า*
> *ถ้าท่านเป็นบุตรของพระเจ้า จงสั่งก้อนหินนี้ให้*
> *กลายเป็นพระกระยาหาร 4 ฝ่ายพระเยซูตรัสตอบ*
> *มารว่า มีพระคัมภีร์เขียนไว้ว่า มนุษย์จะบำรุง*
> *ชีวิตด้วยอาหารสิ่งเดียวหามิได้ 5 แล้วมารจึงนำ*
> *พระองค์ขึ้นไป สำแดงบรรดาราชอาณาจักรทั่ว*
> *พิภพในขณะเดียวให้พระองค์เห็น 6 แล้วมารได้*
> *ทูลพระองค์ว่า อำนาจทั้งสิ้นนี้ และศักดิ์ศรีของ*
> *ราชอาณาจักรนั้นเราจะยกให้แก่ท่าน เพราะว่า*
> *มอบเป็นสิทธิ์ไว้แก่เราแล้ว และเราปรารถนาจะ*
> *ให้แก่ผู้ใดก็จะให้แก่ผู้นั้น 7 เหตุฉะนั้นถ้าท่านจะ*
> *กราบนมัสการเรา สรรพสิ่งนั้นจะเป็นของท่าน*
> *ทั้งหมด 8 ฝ่ายพระเยซูตรัสตอบมารว่า มีพระ*

คัมภีร์เขียนไว้ว่าจงกราบนมัสการพระองค์ผู้เป็น
พระเจ้าของท่านและปรนนิบัติพระองค์แต่ผู้เดียว
9*แล้วมารจึงนำพระองค์ไปยังกรุงเยรูซาเล็ม และให้*
พระองค์ประทับอยู่ที่ยอดหลังคาพระวิหาร แล้ว
ทูลพระองค์ว่า ถ้าท่านเป็นพระบุตรของพระเจ้า
จงโจนลงไปจากที่นี่เถิด 10*เพราะพระคัมภีร์มี*
เขียนไว้ว่า
พระเจ้าจะรับสั่งให้เหล่าทูตของพระองค์ในเรื่องท่าน
ให้ป้องกันรักษาท่านไว้
11*และเหล่าทูตสวรรค์ จะเอามือประคองชูท่านไว้มิให้*
เท้าของท่านกระทบหิน
12*พระเยซูจึงตรัสตอบมารว่า มีคำกล่าวไว้ว่า อย่า*
ทดลองพระองค์ผู้เป็นพระเจ้าของท่าน
13*เมื่อมารทำการทดลองทุกอย่างสิ้นแล้ว จึงละ*
พระองค์ไปจนถึงโอกาสเหมาะ
14*พระเยซูได้เสด็จกลับไปด้วยฤทธิ์เดชแห่งพระ*
วิญญาณยังแคว้นกาลิลี และกิตติศัพท์ของ
พระองค์เลื่องลือไปตามถิ่นโดยรอบ

ลูกา 4:1-14

พระวิญญาณแห่งพระเป็นเจ้าทรงอยู่เหนือข้าพเจ้า
เพราะว่าพระองค์ได้ทรงเจิมตั้งข้าพเจ้าไว้
เพื่อนำข่าวดีมายังคนยากจน
พระองค์ได้ทรงใช้ข้าพเจ้าให้ร้องประกาศอิสรภาพ
แก่บรรดาเชลย
ให้ประกาศแก่คนตาบอดว่าจะได้เห็นอีก
ให้ปล่อยผู้ถูกบีบบังคับเป็นอิสระ
19 *และให้ประกาศปีแห่งความโปรดปรานของพระ*
เป็นเจ้า

ลูกา 4:18, 19

นี่คือพระประสงค์ของพระเยซูเข้ามายังโลก! ที่พระองค์จะทำให้เราเป็นอิสระ! มันคือสิ่งที่พระเจ้าต้องการเพื่อเรา ที่เราอาจจะถูกนำกลับมาหาพระบิดา โอ้ ถ้าอาดัมและอาวาไม่ได้เลือกที่จะฟังผีร้าย! โอ้ ที่เราจะตระหนักว่า ทั้งหมดที่พระเจ้ามีก็เพื่อเรา และหยุดฟังพวกสรรพสิ่งที่ทรงสร้าง แต่ฟังพระผู้สร้างจักรวาล เราจะเป็นอิสระมากเพียงใด! ช่างเป็นการมองที่มีฤทธิ์เดชมากเพียงใด จากพระองค์ที่เห็น**ทั้งหมด**ของอดีต ปัจจุบัน อนาคต และนิรันดร์ ... ท่านต้องตัดสินใจ – ชีวิตหรือความตาย, อิสระหรือการมีพันธนาการ, ดีหรือชั่ว เราไม่สามารถมีทั้งสองสิ่งได้

> *และข้าพเจ้าได้ยินเสียงดังขึ้นในสวรรค์ว่า บัดนี้ความรอดและฤทธิ์เดชและราชอาณาจักรแห่งพระเจ้าของเรา และอำนาจพระคริสต์ของพระองค์ได้มาถึงแล้ว เพราะว่าผู้ที่กล่าวโทษพวกพี่น้องของเราต่อพระพักตร์พระเจ้าทั้งกลางวันและกลางคืนนั้น ก็ได้ถูกผลักทิ้งลงไปแล้ว ฑเขาเหล่านั้นชนะพญามารด้วยพระโลหิตของพระเมษโปดก และเพราะคำพยานของพวกเขาเองเพราะเขาไม่ได้เสียดายที่จะพลีชีพของตน*

วิวรณ์ 12:10-11

ขอให้เรามาทบทวน - อาวุธของเรา

สงครามฝ่ายวิญญาณไม่ใช่เกม มันคือบางสิ่งที่พระเจ้ากระทำผ่านเรา เพื่อช่วยผู้อื่นให้มารู้จักกับพระองค์ และเป็นอิสระ นี่เป็นของขวัญจากพระเจ้าที่มาถึงเรา เพื่อว่าผู้คนจะไม่ต้องใช้ชีวิตที่เหลือทุกข์ทรมานและเป็นนักโทษ ความทรมานไม่ได้ถูกสร้างขึ้นเพื่อ

มนุษย์ นรกไม่ได้ถูกสร้างขึ้นเพื่อมนุษย์ – เราต้องเลือกที่จะเป็น
อิสระ เพื่อมีชีวิตนิรันดร์ในความรัก สันติสุข และความชื่นชมยินดี
ของพระองค์

เราต้องไม่เห็นด้วยกับศัตรู ที่ให้ความทรมานภายในกับเรา และสิ่ง
ร้าย ๆ มักจะต้องเกิดขึ้นกับเราเสมอ ในโลกนี้เรามีความทุกข์ยาก
แต่พระเยซูได้เอาชนะโลกแล้ว! ชีวิตนิรันดร์ของพระเจ้าได้เริ่มต้น
ขึ้น เมื่อเราขอให้พระเยซูเข้ามาเป็นพระผู้ช่วยให้รอดของเรา
อาณาจักรนิรันดร์นั้นเริ่มเติบโตในหัวใจ ในอาณาจักรนี้เรามี
สันติสุขและความชื่นชมยินดี – ไม่ว่าสถานการณ์จะเป็นอะไรก็ตาม

เมื่อพระเยซูถูกนำโดยพระวิญญาณเข้าไปในถิ่นทุรกันดาร และถูก
ล่อลวงโดยมาร อาวุธที่ยิ่งใหญ่ที่สุดซึ่งพระเยซูมี คือ พระองค์รู้จัก
กับพระเจ้า และพระองค์รู้จักพระคำของพระเจ้า พระองค์ใช้พระคำ
ของพระเจ้าต่อต้านซาตาน และพระเยซูปฏิเสธที่จะกระทำสิ่งต่าง ๆ
เพื่อต่อต้านธรรมชาติของพระเจ้า อย่างที่เรารู้จักความจริง ความ
จริงทำให้เราเป็นไท

ใช้เวลาที่จะรู้จักพระเจ้า เพื่อที่จะรู้จักความจริงของพระองค์ และเพื่อ
รู้จักพระลักษณะของพระองค์ – เพื่อรู้จักพระองค์ เมื่อศัตรูของ
พระเจ้า และศัตรูในวิญญาณของเราเข้ามา – จงซ่อนอยู่ในการทรง
สถิตของพระเจ้า และเชื่อฟังคำสั่งของพระองค์

สงครามเป็นของพระเจ้า

ทบทวน: สงครามฝ่ายวิญญาณ
คำถามสำหรับอภิปราย

1. ผู้นำทีมของเจ้าภาพ

เมื่อไร และ อย่างไร ที่พระเยซู:

- เตรียมตนเองสำหรับสงครามฝ่ายวิญญาณ ในลูกา บท ที่ 4?
- ทำสงครามฝ่ายวิญญาณ หรือ?
- ขับไล่ผี หรือ?

ที่ใดซึ่งพระคัมภีร์เอ่ยถึง ที่สาวกและคนอื่น ๆ – ประสบความสำเร็จ และไม่ประสบความสำเร็จในการขับผี? จงอธิบายว่าเกิดอะไรขึ้น

2. นักรบ

- ให้คำจำกัดความของสงคราม
- อะไรคือสงคราม?
- อะไรคือเป้าหมายของเรา?

3. ศัตรู

การคิดอย่างมีวิจารณญาณ

การใช้ข้อมูลที่ครอบคลุมการศึกษานี้ คุณคิดว่า คำตอบจะ
เป็นอะไร?

ถ้าศัตรูของพระเจ้ามีอาวุธ มันจะดูเหมือนกับอะไร?

เราเติมข้อแรกไว้ให้คุณแล้ว

อาวุธพระคริสต์

เนื้อท่อนกลาง - ความจริง
ทับทรวง - ความชอบธรรม
เท้า - การเตรียมพระกิตติคุณแห่งสันติสุข
โล่ - ความเชื่อ
หมวก - ความรอด
ดาบแห่งพระวิญญาณ - พระคำของพระเจ้า

อาวุธที่เป็นปรปักษ์พระคริสต์

อะไรที่เป็นอาวุธคู่ขนานของปรปักษ์พระคริสต์?

เนื้อส่วนกลาง - การหลอกลวง
ทับทรวง -
เท้า -
โล่ -
หมวก -
ดาบแห่งพระวิญญาณ -

ศัตรูของพระเจ้าอาจจะใช้กุญแจต่อไปนี้อย่างไร ในการ
จับใครบางคนไว้เป็นนักโทษ?

การประณาม
ข้อสันนิษฐาน

4. นักโทษ

การคิดอย่างมีวิจารณญาณ

การใช้ข้อมูลที่ครอบคลุมการศึกษานี้ คุณจะตอบคำถามนี้อย่างไร?

เครื่องพันธนาการของนักโทษ

เรามีท่าที, การเสพติด, สิ่งที่แตกต่างกัน ซึ่งดูเหมือนควบคุมชีวิต
ของเรา ในที่ ๆ เราไม่มีอิสระ จงบอกมาห้าชื่อที่บางคนอาจจะเปิด
ประตูต่อศัตรูของพระเจ้า และตอนนี้ เขาเป็นนักโทษอยู่:

ก)

ข)

ค)

ง)

จ)

คำถามอภิปรายกลุ่ม

เครื่องพันธนาการนี้ จะเพิ่มเติมได้อย่างไร?
ทำไมมันอยู่ที่นั่น?
พวกมันจะหวนไม่กลับมา ได้อย่างไร?

เหตุใด พระเยซูจึงกล่าวว่าออกไป และอย่าทำบาปอีก?

5. อาวุธของเรา

จงให้รายชื่ออาวุธห้าอย่าง จากการศึกษาเรื่องสงครามฝ่าย
วิญญาณของเรา
ก) การเจิมของพระเจ้า
ข)
ค)
ง)
จ)

คำถามอย่างมีวิจารณญาณ:

เมื่อคุณอ่านบทคัดย่อจาก "อย่าวัดโดยตนเอง" โดย ศาสนาจารย์
แอ็กเนส ไอ. นูเมีย ความหวังได้ทำอะไรที่ให้ประสบการณ์เรื่อง
สงครามฝ่ายวิญญาณกับคุณ ซึ่งคุณอาจจะพบได้ หรือมันให้ความ
เข้าใจอะไรกับคุณ จากประสบการณ์ในอดีตที่คุณมีเรื่องสงคราม
ฝ่ายวิญญาณ ล่ะหรือ?

คำถาม: สงครามฝ่ายวิญญาณ

1. สงครามฝ่ายวิญญาณไม่ใช่บางสิ่งที่เราทำขึ้นมา มันเป็นบางสิ่งที่
พระเจ้าทำผ่านเรา
ก. ถูกต้อง
ข. ผิด

2. ประสบการณ์ของโยชูวา พร้อมกับการเป็นทีมผู้นำของเจ้าภาพ
สอนเราว่า
ก. เราอาจเผชิญกับทูตสวรรค์ ในเวลาใดก็ได้
ข. พระเจ้าไม่ได้อยู่ฝ่ายเรา – เราอยู่ฝ่ายพระองค์
ค. ผีร้ายสามารถปรากฏเป็นทูตสวรรค์ของความสว่าง

3. พระเจ้ายอมให้เกิดสถานการณ์ที่ยากลำบาก ในชีวิตของเรา
เพื่อทำให้เราเข้มแข็ง
ก. ถูกต้อง
ข. ผิด

4. ผู้คนที่ "พยากรณ์" ขับผี และกระทำสิ่งอัศจรรย์" ต้องกระทำใน
น้ำพระทัยพระเจ้า

ก. ถูกต้อง

ข. ผิด

5. ในสงครามฝ่ายวิญญาณ เราต้องโฟกัสที่ศัตรู

ก. ถูกต้อง

ข. ผิด

6. ในสงครามฝ่ายวิญญาณ การทรงสถิตของพระเจ้าเป็นกุญแจของ
คุณ เลือกกุญแจอีกอันด้านล่าง

ก. อย่าเคลื่อนในข้อสันนิษฐาน

ข. โฟกัสเต็มที่ ในสิ่งที่ศัตรูกำลังทำอะไร

ค. รักษาตนเอง ให้ยุ่งมากอยู่เสมอ

7. โฟกัสในสิ่งที่พระเจ้ากำลังทำ และกำลังพูด – ตอนนี้ และ:

ก. อะไร คือ สิ่งที่เขาขาดแคลน และจำเป็นมากที่สุด?

ข. "พระเจ้าแสดงถึงวิธี ที่เราควรจะอธิษฐาน ในสถานการณ์นั้นหรือ
ไม่?"

ค. "อะไร คือ ทิศทางของคุณ?"

ง. ทุกข้อข้างบน

8. เราควรจะประณามตนเอง ถ้าความคิดที่ไม่ได้เป็นแบบพระเจ้า
เข้ามาในช่วงสงคราม

ก. ถูกต้อง

ข. ผิด

9. สงครามฝ่ายวิญญาณ ดำเนินการโดยสิทธิอำนาจของพระเยซู

ก. ถูกต้อง

ข. ผิด

10. ในสงคราม เมื่อเรารู้สึกถึงวิญญาณแห่งความแตกแยกที่มีอยู่
เราควรจะ:

ก. อธิษฐานต่อต้านมัน

ข. ยอมให้ความรักของพระเจ้าหลั่งไหลออกมา เพื่อกันและกัน

ค. ปฏิเสธที่จะให้ที่อยู่กับมัน

ง. ถูกทุกข้อข้างต้น

11. อาวุธของพระเจ้าทั้งหมดนั้นรวมอยู่ด้วยกัน เมื่อเราสวมใส่พระ
เยซู

ก. ถูกต้อง

ข. ผิด

12. หลังจากมีประสบการณ์กับการปลดปล่อย คน ๆ นั้นอาจรู้สึกว่าง
เปล่า

ก. ถูกต้อง

ข. ผิด

13. อาวุธฝ่ายวิญญาณที่เรามี ได้รับฤทธิ์อำนาจผ่านทางพระเจ้า
พวกมันสามารถ

ก. ทำลายที่มั่น

ข. ทำลายจินตนาการ

ค. นำความคิดเข้ามาภายใต้พระเจ้า เพื่อเชื่อฟังพระคริสต์

ง. ถูกทุกข้อข้างต้น

14. ละทิ้งหมายความว่าอะไร?

ก. เพื่อวิจารณ์ถึงใครคนหนึ่ง

ข. เพื่อไม่เป็นเจ้าของ สำนึกในบาป หรือ เดินหนีไป

ค. คำเชิญที่เปิดรับ

15. พระเยซูได้ปราบปรามซาตาน โดยไม่ยอมแพ้ต่อการล่อลวง

ก. ถูกต้อง

ข. ผิด

การเฝ้าเดี่ยว วันที่ 5:
วีรบุรุษคริสเตียน

มีคนเคยเฝ้าดูการแข่งขันมวยปล้ำ และพบว่าตนเองชกลม ...แม้ว่า
ตนเองจะไม่ได้เป็นคนนั้น ที่อยู่ในวงแหวนซึ่งกำลังต่อสู้?

คุณเคยดูเกมฟุตบอลไหม และทั้งหมดที่ต้องทำคือ รับโอกาสให้
เข้าไปในเกม และทำคะแนนถึงเป้าหมายแห่งชัยชนะ?

แล้วเราต้องการแย่งที่นั่งคนขับไหม?

พระคัมภีร์เรียกสงครามฝ่ายวิญญาณว่า การต่อสู้ที่ดีแห่งความเชื่อ

การต่อสู้นี้มีเวลากำหนดที่ดี เพราะเรารู้จักผู้ชนะอยู่แล้ว ความดีจะ
เอาชนะความชั่วเสมอ และความชอบธรรมมักจะเอาชนะบาปเสมอ

ในเส้นทางคริสเตียนของเรา เรามักต้องเผชิญอุปสรรคและการ
ท้าทายมากมาย ซึ่งอาจจะหยุดเรา จากการใช้ชีวิตในวิถีทางซึ่ง
เป็นที่พอพระทัยพระเจ้า

เพราะเราเป็นคริสเตียน เราต้องจำไว้ในใจเสมอว่า:

1. สงครามไม่ได้เป็นของเรา แต่เป็นของพระเจ้า
2. พระเจ้าไม่ได้อยู่ฝ่ายเรา เราอยู่ฝ่ายพระองค์

3. เราต้องยอมให้พระเจ้าต่อสู้สงคราม ด้วยความคิดแบบนี้
   ในเรา แล้วเราจะเอาชนะเล่ห์เหลี่ยมทุกอย่างของศัตรู

คุณเคยอยู่ในสงครามฝ่ายวิญญาณไหม?

คุณเอาชนะได้อย่างไร?

> *ข้าพเจ้าได้เห็นภายใต้ดวงอาทิตย์อีกว่า คนเร็วไม่*
> *ชนะในการวิ่งแข่งเสมอไป หรือฝ่ายมีกำลังไม่*
> *ชนะสงครามเสมอไป หรือคนฉลาด ไม่รับ*
> *ประทานเสมอไป หรือคนมีความเข้าใจ ไม่ร่ำรวย*
> *เสมอไป หรือผู้ที่เชี่ยวชาญไม่ได้รับความ*
> *โปรดปรานเสมอไป แต่วาระและโอกาสมีมาถึง*
> *เขาทุกคน*

ปัญญาจารย์ 9:11

พระวจนะกล่าวว่า สำหรับพวกที่เข้มแข็ง การแข่งขันไม่ใช่ได้มา
โดยทันที และชัยชนะในสงครามฝ่ายวิญญาณเช่นกัน ชัยชนะของ
เราเหนือสงครามฝ่ายวิญญาณเพียงแต่เป็นไปได้ เมื่อเราวางความ
ไว้วางใจลงในพระโลหิตของพระเยซู และมันคืองานที่เสร็จแล้ว
โดยยอมให้พระวิญญาณของพระองค์ทำงานในชีวิตของเรา และ
ช่วยเราให้ติดตามรอยเท้าของพระองค์ทุกวันในชีวิตของเรา

บางครั้ง เราฉงนงงงวยและสับสน เมื่อเราได้เผชิญกับเวลาที่ยาก
ลำบาก พระคัมภีร์เรียกมันว่าการทดสอบความเชื่อ สิ่งนี้จำเป็น
สำหรับการพัฒนาของเราอย่างกับเป็นคริสเตียน พระเจ้าอนุญาต
ให้เกิดบางสถานการณ์ในชีวิตของเรา เพื่อไม่ให้มันทำลายเรา แต่
เพื่อสอนและเตรียมเราด้วยอาวุธของพระองค์ เพราะฉะนั้น ใคร
ก็ตามและทุกคนสามารถเผชิญกับสงครามฝ่ายวิญญาณได้ เพราะ
ว่าหลังจากที่เราได้ผ่านการทดลองแล้ว เราจะออกมาบริสุทธิ์อย่าง
กับทองคำใน สดุดีบทที่ 66

ผมเชื่อว่าพระเจ้าตั้งใจเกี่ยวกับการเตรียมเรา เพราะว่าพระองค์ต้องการจะสร้างนักรบฝ่ายวิญญาณให้เติบโต ผู้ไม่เพียงแต่รับใช้พระองค์เป็นส่วนตัวและอย่างตั้งใจ แท้จริงแล้ว มันเป็นโอกาสที่หาได้ยากที่จะอยู่ภายใต้การปกครองและการนำของพระองค์ เรามักจะปลอดภัยที่ช่องว่างในของมือของพระองค์

พระคัมภีร์เล่าเรื่องราวของกษัตริย์เยโฮชาฟัท ผู้ที่อยู่ในสงครามฝ่ายวิญญาณ และไม่รู้ถึงสิ่งที่ต้องทำ เขาตัดสินใจที่จะแสวงหาหน้าของพระเจ้า เพื่อฟังและได้ยินเสียงของพระองค์และนมัสการพระองค์ และรอการทรงนำ จงอ่าน 2 พงศาวดาร 20

คุณจะกระทำเหมือนกันไหม เมื่อต้องเผชิญกับสงครามฝ่ายวิญญาณ?

ข้อกำหนดเบื้องต้น เพื่อต่อสู้ในความเชื่อที่ดี คือ:

1. เพื่อทำให้แน่ใจว่า คุณทำให้การสถิตของพระเจ้า เป็นที่ลี้ภัยของคุณ
2. อย่าขับไล่บาปออกไปด้วยความบาป
3. จงรักษาหัวใจอย่างขยันขันแข็ง
4. จงแน่ใจว่าคุณไม่ตกลงไป ในอาวุธของศัตรู ในเรื่องความการแตกแยก
5. ละทิ้งพันธนาการ

อะไรที่เป็นข้อกำหนดเบื้องต้นอื่น ๆ ที่คุณคิดว่าจำเป็น สำหรับการต่อสู้ที่ดีในความเชื่อ?

ข้อท่องจำพระคัมภีร์:

จงต่อสู้อย่างเต็มกำลังความเชื่อ จงยึดชีวิตนิรันดร์
ไว้ ซึ่งพระเจ้าทรงเรียก ให้ท่านรับ ในเมื่อท่านได้
รับเชื่ออย่างดีต่อหน้าพยานหลายคน

1 ทิโมธี 6:12

คำอธิษฐาน: พระเจ้าที่รัก ขอบคุณสำหรับโอกาสที่ได้อยู่ในรายชื่อของกองทัพของพระองค์ ขอบคุณเพราะว่าพระองค์ได้ให้ชัยชนะกับฉันผ่านทางพระเยซูคริสต์ ขอช่วยฉันให้มีชีวิตเป็นที่พอพระทัยของพระองค์ และโดยพระวิญญาณของพระองค์ จะเอาชนะทุกสงครามฝ่ายวิญญาณที่ฉันอาจต้องเผชิญ ในพระนามพระเยซู เอเมน

ผลกระทบของอิสยาห์ 58

อิสยาห์ 58

การถืออดอาหารที่ถูกต้อง
จงร้องดังๆ อย่าออมไว้
จงเปล่งเสียงของเจ้าเหมือนเป่าเขาสัตว์
จงแจ้งแก่ชนชาติของเรา ให้ทราบถึงเรื่องการทรยศ
    ของเขา
แก่เชื้อสายของยาโคบเรื่องบาปของเขา
2แต่เขายังแสวงเราทุกวัน
และปีติยินดีที่จะรู้จักทางของเรา
เหมือนกับว่าเขาเป็นประชาชาติที่ได้ทำความชอบ
    ธรรม
และมิได้ละทิ้งกฎหมายแห่งพระเจ้าของเขา
เขาก็ขอข้อกฎหมายอันชอบธรรมจากเรา
เขาทั้งหลายก็ปีติยินดีที่จะเข้ามาใกล้พระเจ้า
3"ทำไมข้าพระองค์ทั้งหลายได้อดอาหาร และ
    พระองค์มิได้ทอดพระเนตร
ทำไมข้าพระองค์ทั้งหลายได้ถ่อมตัวลง และพระองค์
    มิได้ทรงสนพระทัย"
ดูเถิด ในวันที่เจ้าอดอาหาร เจ้าทำตามใจของเจ้า

และบีบบังคับคนงานของเจ้าทั้งหมด

4ดูเถิด เจ้าอดอาหารเพียงเพื่อวิวาทและต่อสู้

และเพื่อต่อยด้วยหมัดอธรรม

การอดอาหารอย่างของเจ้า ในวันนี้

จะไม่กระทำ ให้เสียงของเจ้าได้ยินไปถึงที่สูง

5อย่างนี้หรือเป็นการอดอาหารที่เราเลือก

คือวันที่คนข่มตัว

การก้มศีรษะของเขาลงเหมือนอ้อเล็ก

และปูผ้ากระสอบและขี้เถ้ารอง ใต้เขา อย่างนี้หรือ

เจ้าจะเรียกการอย่างนี้ว่าการอดอาหาร

และเป็นวันที่พระเจ้า โปรดปรานอย่างนั้นหรือ

6 "การอดอาหารอย่างนี้ไม่ ใช่หรือที่เราต้องการ

คือการแก้พันธนะของความอธรรม

การแก้สายรัดแอก

และการปล่อย ให้ผู้ถูกบีบบังคับเป็นอิสระ

และการหักแอกเสียทุกอัน

7ไม่ใช่การที่จะปันอาหารของเจ้า ให้กับผู้หิว

และนำคนยากจนไร้บ้านเข้ามา ในบ้านของเจ้า

เมื่อเจ้าเห็นคนเปลือยกายก็คลุมกายเขาไว้

และไม่ซ่อนตัวของเจ้าจากญาติของเจ้าเอง ดอกหรือ

8แล้วความสว่างจะพุ่งออกมาแก่เจ้าอย่างอรุณ

และแผลของเจ้าจะเรียกเนื้อขึ้นมาอย่างรวดเร็ว

ความชอบธรรมของเจ้าจะเดินนำหน้าเจ้า

และพระสิริของพระเจ้าจะระวังหลังเจ้า

9แล้วเจ้าจะทูล และพระเจ้าจะทรงตอบ

เจ้าจะร้องทูล และพระองค์จะตรัสว่า เราอยู่นี่

"ถ้าเจ้าจะเอาออกไปจากท่ามกลางเจ้าเสีย ซึ่งแอก

ซึ่งการชี้หน้า และซึ่งการพูดอธรรม

10ถ้าเจ้าทุ่มเทชีวิตของเจ้าแก่คนหิว

และให้ผู้ถูกข่ม ใจได้อิ่ม ใจ

แล้วความสว่างจะโผล่ขึ้นแก่เจ้า ในความมืด

และความมืดคลุ้มของเจ้าจะเป็นเหมือนเที่ยงวัน

11และพระเจ้าจะนำเจ้าอยู่เป็นนิตย์

และให้เจ้าอิ่มด้วยของดี

และกระทำให้กระดูกของเจ้าแข็ง

และเจ้าจะเป็นเหมือนสวนที่มีน้ำรด

เหมือนน้ำพุ ที่น้ำของมันไม่ขาด

12และสิ่งปรักหักพัง โบราณของเจ้าจะได้รับการสร้าง
   ขึ้น ใหม่

เจ้าจะได้ซ่อมเสริมรากฐานของคนหลายชั่วอายุมา
   แล้วขึ้น

เจ้าจะได้ชื่อว่าเป็นผู้ซ่อมกำแพงที่พัง

ผู้ซ่อมแซมถนน ให้คืนคงเพื่อจะได้อาศัยอยู่

13"ถ้าเจ้าหยุดเหยียบย่ำวันสะบาโต

คือจากการทำตาม ใจของเจ้า ในวันบริสุทธิ์ของเรา

และเรียกสะบาโตว่า วันปีติยินดี

และเรียกวันบริสุทธิ์ของพระเจ้าว่า วันมีเกียรติ

ถ้าเจ้า ให้เกียรติมัน ไม่ไปตามทางของเจ้าเอง

หรือทำตาม ใจของเจ้า หรือพูดแต่เรื่องไร้สาระ

14แล้วเจ้าจะได้ความปีติยินดีในพระเจ้า

และเราจะให้เจ้าขึ้นขี่อยู่บนที่สูงของแผ่นดิน โลก

และเราจะเลี้ยงเจ้าด้วยมรดกของยา โคบบิดาของ
   เจ้า

เพราะโอษฐ์ของพระเจ้าได้ตรัสแล้ว"

อิสยาห์ 58 KJV

อิสยาห์ 58 – วิสัยทัศน์

ในปี 1954 พระเจ้าได้ให้วิสัยทัศน์กับ ศาสนาจารย์ แอ็กเนส ไอ นูเม
อร์ ซึ่งเป็นเป้าหมายของอิสยาห์บทที่ 58 และวิธีที่พระเจ้าสำแดง
ความรักของพระองค์ ต่อประชาชาติในช่วงเวลาท้าย ๆ พระ
วิญญาณแห่งหนังสือวิวรณ์เป็นผู้มอบวิสัยทัศน์ให้เธอ ตั้งแต่เวลา
นั้นเป็นต้นมา อดีตศาสนาจารย์นูเมอร์ ได้ฝึกศิษยาภิบาลและผู้นำ
เป็นพัน ๆ คนทั่วโลก ในเป้าหมายที่น่าพิศวงนี้ ...คือ **การสำแดง
ความรักของพระเจ้าต่อนานาชาติ**

วิสัยทัศน์ในคำพูดของเธอเอง

วันหนึ่ง ในปี 1954 พระเจ้าได้ให้การเปิดเผยกับฉันในอิสยาห์ บทที่
58 และมันยิ่งใหญ่มากเหลือเกิน และฉันตระหนักดีว่า มันคือพระ
วิญญาณแห่งการเปิดเผยสำแดงนั่นเอง

ขณะฉันกำลังล้างจาน และมันเป็นวันอาทิตย์ตอนเช้า และฉันกำลัง
ตั้งคำถามพระเจ้าว่า มันคือน้ำพระทัยหรือไม่ สำหรับเราที่จะซื้อ
บ้านหลังหนึ่งในซันแลนด์ ในพื้นที่ทูจังก้า ตอนนี้ เรากำลังอาศัย

อยู่ในพื้นที่นั้นพอดี แต่พระเจ้ากำลังจะพูดกับฉันเกี่ยวกับการ
เคลื่อนย้าย พระองค์ให้พระวจนะกับฉัน โดยพระองค์ได้กล่าวว่า:

"ไม่ใช่อีกนิดหน่อยเท่านั้นหรือ
ที่เลบานอนจะถูกเปลี่ยน ให้เป็นสวนผลไม้
และสวนผลไม้จะถือว่าเป็นป่า"

อิสยาห์ 29:17

ฉันพูดว่า "พระเจ้า แต่สิ่งนี้เกี่ยวอะไรกับ แล้วสิ่งที่ฉันได้ถาม
พระองค์ล่ะ?"

พระองค์กล่าวว่า "จงไปอ่าน...อิสยาห์บทที่ 58"

ในขณะที่ฉันเช็ดมือ และเดินออกจากครัวเข้าไปในห้องนั่งเล่น และ
ขณะที่ฉันกำลังเดินผ่านห้องนั้น ในทันทีได้ตระหนักว่ามีบางอย่าง
กำลังเกิดขึ้นกับฉัน ฉันตระหนักว่าความคิดได้เคลื่อนออกไปจาก
ทางนั้น ฉันรู้สึกถึงความกว้างที่ใหญ่เท่าประตูกลางแจ้งทั้งหมด
และตระหนักว่ามันคือพระวิญญาณแห่งการเปิดเผย

พระองค์ได้เริ่มแล้ว ขณะที่ฉันเปิดอิสยาห์บทที่ 58 เพื่อเปิดเผยต่อ
ฉัน ถึงแผนงานแห่งวันสุดท้าย และพระองค์ได้แสดงมันในราย
ละเอียดเป็นนาที ทุก ๆ ช่วงระยะของมันในธรรมชาติและใน
วิญญาณ พระองค์ได้แสดงถึงแผนงานของพระองค์ต่อฉันให้ช่วย
ประชาชาติ และพระองค์แสดงต่อฉันถึงวิธีที่ พระองค์กำลังจะให้
อาหารแก่ผู้ที่หิวโหย ห่มเสื้อผ้าให้พวกที่เปลือยเปล่า และพบกับ
ความจำเป็นของผู้คน และในชั่วโมงนี้ ซึ่งฉันเชื่อว่าเป็นเวลานี้ ที่
พระองค์กำลังเคลื่อนไปอย่างเร็วมาก โดยการลื่นไหลของพระ
วิญญาณ พระองค์กำลังจะทำให้ประชากรลื่นไหลไปด้วยกัน และ
กระทำบางอย่างที่ไม่เคยทำมาก่อนในประวัติศาสตร์ของโลกนี้

พระองค์แสดงให้ฉันเห็นถึงงานพันธกิจ

พระองค์ได้แสดงให้ฉันเห็นถึงงานพันธกิจที่ลื่นไหลไปด้วยกันเป็นอันเดียว ด้วยพันธกิจหนึ่งไม่ได้เอาชนะพันธกิจอีกอันหนึ่ง พระองค์แสดงให้ฉันเห็นถึงโกดังหลายห้องที่เต็มไปด้วยเสื้อผ้าใหม่ และแสดงให้ฉันเห็นบางสิ่งที่ยอดเยี่ยมมาก ที่มันจะไม่ใช่เสื้อผ้าที่ใช้แล้ว ทุกสิ่งทุกอย่างใหม่หมด อุปกรณ์จะไม่ใช่เครื่องมือที่เสื่อมสภาพอีกแล้วแต่จะเป็นสิ่งใหม่ และสิ่งที่พระองค์จะทำคือออกไปยังประชาชาติ และพระองค์แสดงให้พวกเขาเห็นว่าพระองค์จะกระทำมัน

พระเจ้ากำลังรอประชาชาติ ของโลก **ที่จะยอมรับรู้พระองค์** และเมื่อพวกเขารับรู้พระองค์แล้ว พระองค์จะเทพระพรของพระองค์ลงมายังพวกเขา ผีร้ายกำลังพยายามที่จะปกป้อง แต่ฉันกำลังจะบอกสิ่งนี้กับคุณ: ในวันนี้ **พวกเขาจะไม่หยุดยั้งพระองค์** ในครั้งนี้มันจะไม่พ่ายแพ้ พระองค์จะกระทำมันและมนุษย์จะไม่สามารถกล่าวว่าพวกเขาเป็นคนทำ เพราะว่ามันยิ่งใหญ่มากเหลือเกินจนมนุษย์ไม่สามารถอ้างถึงสง่าราศีได้ แต่พระเจ้ากำลังจะรับสง่าราศีนั้นไว้

สิ่งเหล่านี้ที่พระองค์จะกระทำนั้นมีพลานุภาพมาก ผู้คนที่พระองค์ได้เตรียมไว้กำลังรอคอย และเมื่อพระองค์พูดพระคำ พวกเขาจะเคลื่อนเข้ามายังที่ของพวกเขา แล้วพระเจ้าจะกระทำมันเอง

พระองค์ได้แสดงว่าพระองค์จะช่วยประชาชาติอย่างไร

พระองค์ได้แสดงให้ฉันเห็นถึงวิธีที่พระองค์จะช่วยประชาชาติ ให้อาหารผู้ที่หิวโหย เพื่อเข้าไปและสอนผู้คนเองถึงวิธีที่จะช่วยผู้คนมิชชันนารีเข้าไปในอดีต แต่ด้วยเหตุผลบางอย่าง วิธีที่พวกเขาใช้ไม่ได้ทำให้คนลุกขึ้น และเรียนรู้เพื่อตนเอง แต่พระเจ้ากำลังจะเข้าไปจัดเตรียมทุกอย่าง และในขณะที่เราสอนคนในธรรมชาติและฝ่ายวิญญาณ ฝ่ายวิญญาณและฝ่ายธรรมชาติจะลื่นไหลไปด้วยกัน

และพระเจ้ากำลังจะแสดงให้พวกเขาเห็นว่าพระองค์เป็นใคร ตอนนี้ เรามีผู้คนทั่วโลกที่พยายามจะช่วย แต่แผนของพระเจ้าจะไม่ล้ม เหลว **พระองค์เพียงแต่ต้องการให้ผู้คน ผู้ที่ได้รับการอบรมโดยพระ วิญญาณของพระองค์ กระทำมันตามวิถีทางที่พระองค์ต้องการ ทำให้สำเร็จ**

พระองค์ยังแสดงให้ฉันเห็นถึงสิ่งที่เป็นวิทยาศาสตร์ ในอาณาจักร ของสิ่งที่เหนือธรรมชาติ และในขณะที่สิ่งต่าง ๆ เกิดขึ้นบนโลก **พระองค์กำลังจะดูแลประชากรของพระองค์ ให้ความจำเป็นแก่เขา และพวกเขาจะให้สิ่งที่จำเป็นแก่ผู้อื่น** เราได้มีผู้คนที่ถามเราว่า "เรา จะทำสิ่งนี้ได้อย่างไร?" เรากล่าวว่า "เราไม่ได้ทำมัน **พระเจ้าทำมัน ทั้งหมด ทั้งหมดที่เราทำนั้นคือลื่นไหลไปกับพระวิญญาณของ พระองค์**"

เราเฝ้าดูพระเจ้าเชื่อมเรากับผู้คน ผู้ที่รู้วิธีเคลื่อนโดยพระวิญญาณ ของพระเจ้า และเรารู้ว่ามีงานหนึ่งที่กำลังจะเสร็จ พระเจ้ากำลังจะ กระทำบางสิ่งในชีวิตของเรา เมื่อเราเชื่อฟังพระองค์ พระองค์กล่าว ว่า "สุขภาพของเราจะกระเด็นกระดอนไปข้างหน้าอย่างรวดเร็ว และแสงสว่างของเราจะเป็นเหมือนเวลาเช้า" แต่ในขณะที่เรายังคง เคลื่อนไปในการเชื่อฟังต่อพระคำของพระเจ้า และพระวิญญาณของ พระเจ้า แสงสว่างกำลังสุกใสยิ่งขึ้น แล้วพระเจ้าจะพูดว่า "เราอยู่ที่ นี่...เจ้าต้องการอะไรหรือ? เราอยู่ที่นี่ ... เจ้ามีความจำเป็นในสิ่งใด หรือ?"

คุณเห็นไหม ในขณะที่เราเคลื่อนในการเชื่อฟังพระเจ้า พระองค์จะ เติมเต็มพระสัญญาของพระองค์ เราได้จำกัดพระองค์เพราะเรา เกรงว่า เราจะไว้วางใจพระองค์ได้หรือไม่ พระองค์จะไม่ทำตาม สัญญา นั่นเป็นความจริงหรือไม่? นั่นเป็นการมากไปไหมที่จะขอต่อ พระเจ้า

พระองค์ได้แสดงให้ฉันเห็นเรือ และจะให้พระคำแก่ฉันที่เกี่ยวกับสิ่ง เหล่านี้ พระองค์ได้แสดงให้ฉันเห็นเครื่องบินขนส่ง แล้วพระองค์ได้ แสดงให้ฉันเห็นถึงการจัดเตรียมซึ่งพระองค์จะนำมาให้ ที่เราจะมี

สถานที่ฝึกอยู่ทั่วโลก เพื่อว่าผู้คนสามารถได้รับการอบรมโดยพระ
วิญญาณของพระเจ้า และแล้วพระเจ้ากำลังจะทำอย่างเดียวกับที่
พระองค์พูด และเรากำลังจะเห็นมันเกิดขึ้น ดังนั้น นั่นคือ เหตุที่เรา
กำลังมีความชื่นชมยินดี **เพราะว่าถ้าพระเจ้าพูดดังนั้น พระองค์จะ
กระทำมัน...และเราสามารถไว้วางใจพระองค์ได้**

ผลกระทบของอิสยาห์ 58

การอดอาหารที่พระเจ้าไม่ได้เลือก

เราทั้งหมดมีแนวโน้มที่จะคิดว่าวิถีทางที่เรารับ ใช้พระเจ้านั้นถูก
ต้อง และพระเจ้าพอใจอย่างมาก มันยากสำหรับเราที่จะได้ยินอะไร
ก็ตามที่แตกต่างออกไป โดยเฉพาะอย่างยิ่ง เมื่อวิถีทางของเราดู
เหมือนจะถูกต้องมากสำหรับเรา และมีคนมากมายเห็นด้วยกับเรา
สิ่งนี้อาจจะเป็นพื้นที่ ๆ ยากที่สุดของชีวิต สำหรับเราที่จะได้ยิน เมื่อ
เรากำลังทำสิ่ง "ดี" ที่ไม่ใช่สิ่งดีทั้งหมด

นั่นคือเหตุที่อิสยาห์ได้รับการบอกเล่าที่จะ:

> จงร้องดังๆ อย่าออมไว้
> จงเปล่งเสียงของเจ้าเหมือนเป่าเขาสัตว์
> จงแจ้งแก่ชนชาติของเรา ให้ทราบถึงเรื่องการทรยศ
> 　　ของเขา
> แก่เชื้อสายของยาโคบเรื่องบาปของเขา

อิสยาห์ 58:1

มันมักจะจริงมิใช่หรือ ที่ต้องมีคนแสดงให้เราเห็นบางสิ่งที่แตกต่าง เพื่อเราจะ “เห็น” ว่าเราพลาดตรงไหน? ขอให้เรามาดูที่ประชากรของพระเจ้าในบทนี้ ที่พวกเขากำลังพลาดไป และดูซิว่าสิ่งนี้จะช่วยเปิดตาของเราในพื้นที่ ๆ เราพลาด จากการได้รับสิ่งดีที่สุดจากพระเจ้า ขอให้เราใช้เวลาสักนาทีเพื่ออธิษฐานและเปิดหัวใจของเราตอนนี้ และขอพระเจ้าช่วยเราให้สามารถมองเห็นได้

ผู้คนในบทนี้กำลังมองหาพระเจ้าทุกวัน พวกเขากำลังดีใจที่ได้รู้วิถีทางของพระองค์ พวกเขากำลังถามพระเจ้าถึงวิถีทางที่ถูกต้อง หรือกฎ และพวกเขากำลังดีใจที่ได้เข้ามาใกล้พระองค์ (สัมผัสถึงการสถิตของพระองค์)

“แต่เขายังแสวงเราทุกวัน
และปีติยินดีที่จะรู้จักทางของเรา
เหมือนกับว่าเขาเป็นประชาชาติ ที่ได้ทำความชอบธรรม
และมิได้ละทิ้งกฎหมายแห่งพระเจ้าของเขา
เขาก็ขอข้อกฎหมายอันชอบธรรมจากเรา
เขาทั้งหลายก็ปีติยินดีที่จะเข้ามาใกล้พระเจ้า”

อิสยาห์ 58:2

พวกเขาไม่สามารถเข้าใจว่าเหตุใด แม้ว่าพวกเขากำลังแสวงหาและอดอาหาร และทุกข์ทรมานในวิญญาณของพวกเขา ที่พระเจ้าไม่ได้ตอบสนอง

“ทำไมข้าพระองค์ทั้งหลายได้อดอาหาร และพระองค์มิได้ทอดพระเนตร

ทำไมข้าพระองค์ทั้งหลายได้ถ่อมตัวลง และพระองค์
   มิได้ทรงสนพระทัย
ดูเถิด ในวันที่เจ้าอดอาหาร เจ้าทำตามใจของเจ้า
และบีบบังคับคนงานของเจ้าทั้งหมด"

อิสยาห์ 58:3

พระเจ้าได้ส่งอิสยาห์ออกไป เพื่อประกาศเหมือนกับแตรต่อพวกเขา
ในที่ ๆ พวกเขาไม่ได้ทำให้พระเจ้าพอพระทัย

สิ่งเหล่านี้คืออะไร ที่อิสยาห์ได้เป่าแตรออกไป?

ในวันที่คุณอดอาหาร คุณจะพบกับความพอใจ

- มีท่าทีที่ว่า "มันเกี่ยวกับฉันทั้งหมด" ที่เราสามารถได้รับ
  หรือมีท่าที "มองดูฉันซิ" ที่แย่ยิ่งกว่านั้นอีก หรือ เป็นไปได้
  คือ ท่าที "อะไรที่ฉันได้รับฝ่ายวิญญาณ จากการอดอาหาร
  นี้" การแสวงหาพระเจ้าไม่ใช่ทั้งสิ้นที่เกี่ยวกับเรา มันคือสิ่ง
  ที่สำคัญที่สุดทั้งหมดเกี่ยวกับพระองค์ และสิ่งที่อยู่ในหัวใจ
  ของพระองค์ พระบิดาของเรารักเรา พระองค์ต้องการจะ
  พบกับเรา และแบ่งปันหัวใจของพระองค์กับเรา และมาก
  เพียงไรที่พระองค์รักผู้ที่แตกสลายซึ่งต้องการพระองค์

คุณยังคงต้องการแรงงานทั้งหมดของคุณ

- บางฉบับกล่าวว่า สิ่งนี้หมายความว่า "คุณเร่งคนงานของ
  คุณมาก" สิ่งนี้ฟังดูเหมือนงานที่ไม่มีความเมตตากับคน
  งาน ปราศจากความกรุณา หรือความเห็นอกเห็นใจใน
  ธุรกิจ พระเจ้าปรารถนาที่จะหลั่งไหลเข้ามาในทุก ๆ พื้นที่
  ในชีวิตของเรา รวมถึงวิธีที่เราทำธุรกิจด้วย

คุณอดอาหารเพื่อความบากบั่น และใคร่ครวญ

- เนื้อหนังของเรา รักที่จะมีฝ่ายวิญญาณ และมันสามารถมีการแข่งขันมาก ในท่ามกลางผู้นำของพระเจ้า พระคำของพระเจ้านั้นสัตย์ซื่อมาก เกี่ยวกับการขาดแคลนและพลังของ "วีรุรุษแห่งความเชื่อ" ความหยิ่งยโสและการแข่งขันในชีวิตของเราสามารถแสดงออกมา แม้แต่ในยามที่เราอดอาหาร

"พี่น้องทั้งหลายอย่าใส่ร้ายซึ่งกันและกัน ผู้ใดที่พูดใส่ร้ายพี่น้องหรือตัดสินพี่น้องของตน ผู้นั้นก็กล่าวร้ายต่อธรรมบัญญัติ และตัดสินธรรมบัญญัติ แต่ถ้าท่านตัดสินธรรมบัญญัติ ท่านก็ไม่ใช่ผู้ที่ประพฤติตามธรรมบัญญัติ แต่เป็นผู้ตัดสิน"

ยากอบ 4:1

คุณอดอาหารเพื่อแลกหมัดกับความชั่วร้าย

- ถ้าเราไม่รักผู้คนที่เรากำลังอธิษฐานให้ เราอาจจะไม่เห็นสิ่งต่าง ๆ ในวิธีที่พระเจ้าเห็น และเราอาจจะไม่ได้กำลังอธิษฐานตามหัวใจของพระองค์ ส่วนนี้นั้นจริง ๆ แล้วไม่ได้สวยงามมากนัก แต่ผู้คนเหล่านี้มีความแน่วแน่ว่าพวกเขาถูกต้องจนเต็มใจที่จะ "ต่อสู้เพื่อได้มันมา"

"ดูเถิด เจ้าอดอาหารเพียงเพื่อวิวาทและต่อสู้
และเพื่อต่อยด้วยหมัดอธรรม
การอดอาหารอย่างของเจ้าในวันนี้
จะไม่กระทำให้เสียงของเจ้าได้ยินไปถึงที่สูง"

อิสยาห์ 58:4

เราสามารถจะประทับ ใจด้วยตัวของเราเอง และการปฏิเสธตนเอง
แต่พระเจ้าไม่ได้ประทับใจ อะไรก็ตามที่ยังทำไม่เสร็จต่อพระเจ้า
เป็นความบาป พระเยซูได้พูดต่อต้านการปฏิบัติของพวกฟาราสี
และซาดูสี ผู้ที่รักพิธีเข้มงวดทางศาสนา (จงอ่าน มัทธิว 23) มีบางสิ่ง
ในเนื้อหนังของเรา ที่รักจะเคร่งศาสนา แต่จนกระทั่งเรายอมให้
พระเจ้านำเอาความสว่างเข้ามาในพื้นที่มืดเหล่านี้ พระองค์จะไม่
ได้ยินเรา และเราจะยังคงคิดว่าเรานั้นยิ่ง ใหญ่

พระเจ้าถามว่า "เจ้าจะยังคงเรียกสิ่งนี้ว่าการอดอาหารหรือ เจ้ายัง
คงคิดต่อไปหรือว่า เวลานี้เป็นที่ยอมรับของเราหรือ?"

> อย่างนี้หรือเป็นการอดอาหารที่เราเลือก
> คือวันที่คนข่มตัว
> การก้มศีรษะของเขาลงเหมือนอ้อเล็ก
> และปูผ้ากระสอบและขี้เถ้ารอง ใต้เขา อย่างนี้หรือ
> เจ้าจะเรียกการอย่างนี้ว่าการอดอาหาร
> และเป็นวันที่พระเจ้า โปรดปรานอย่างนั้นหรือ"

อิสยาห์ 58:5

> "จงกล่าวแก่ราษฎรทั้งสิ้นและแก่บรรดาปุโรหิตว่า
> เมื่อเจ้าทั้งหลายอดอาหารและไว้ทุกข์ในเดือนที่
> ห้าและในเดือนที่เจ็ด ตั้งเจ็ดสิบปีนั้น เจ้าได้อด
> อาหารเพื่อเราคือเราเองหรือ 6และเมื่อเจ้ารับ
> ประทานและเมื่อเจ้าดื่ม เจ้าก็รับ"

เศคาริยาห์ 7:5

144

อิสยาห์ 58 นั้นมักจะถูกอ้างถึงว่าเป็น “บทอดอาหาร” และผู้คนยังคงอดอาหารยาว ๆ บนพื้นฐานของบทนี้ สิ่งนี้พลาดจุดที่แท้จริงที่พระเจ้ากำลังกระทำ คือ ให้ปฏิเสธตนเองจากอาหาร น้ำ หรือสิ่งอื่น ๆ ที่อาจไม่เป็นสิ่งที่มาถึงหูของพระเจ้า มันอาจจะไม่ใช่การอดอาหารแบบนี้ ที่จะทำให้เกิดการเปลี่ยนแปลงในหัวใจที่ลึกซึ้งที่สุดที่เรากำลังแสวงหาในตัวของเราเอง สิ่งใดที่เคลื่อนหัวใจของพระบิดาของเรา? และพระองค์จะ “ได้ยินเราจากเบื้องบน” ได้อย่างไร”?

นี่คือการอดอาหาร ที่ฉันได้เลือกแล้ว – อิสยาห์ 58

มีการปฏิเสธตนเองอีกแบบหนึ่ง ที่พระเจ้าทำให้ชัดเจนมากกว่า นั่นเป็นสิ่งที่พระองค์พอพระทัย จนกระทั่งพระองค์จะฟังทุกคำกระซิบของเรา **มีการอดอาหารชนิดหนึ่งที่พระองค์ได้เลือกไว้แล้ว!**

ทำลายกลุ่มคนแห่งความชั่วร้าย

- ถ้าเราใช้ชีวิตในการอดอาหาร เอาใจใส่เกี่ยวกับอิสรภาพจากการผูกมัดทางฝ่ายวิญญาณ และการเสพติดของผู้อื่นมากกว่าที่เราเอาใจใส่ตนเอง และยอมให้พระเจ้าลื่นไหลผ่านตัวเรา พระองค์จะทำลายวงจรเหล่านั้นที่ไม่สะดวกสบาย และไม่คุ้นเคยต่อเรา แต่ขณะที่เราผลักมันผ่านสิ่งที่ไม่สะดวกสบาย เราจะพบกับพระผู้ปลอบโยน ผู้จัดเตรียมสิ่งที่จำเป็นของเราทั้งหมด และชดเชยในสิ่งที่เราขาดอยู่นั้นทั้งหมด

คลายภาระหนัก

- ผู้คนต้องแบกหลายสิ่ง ความเศร้าโศรก, ความกังวล, ความรู้สึกผิด, หนี้สิน, ความห่วงใยในครอบครัว พระเจ้าเอาใจใส่ และพระองค์ต้องการที่จะเอาใจใส่ผ่านเรา เมื่อครอบครัวหนึ่งกำลังผ่านสถานการณ์ที่หนักหน่วง เรา

สามารถอยู่ที่นั่นด้วยความรักของพระเจ้า เพื่อยกความ
หนักหน่วงนั้นออกไป

ขอให้พวกที่ถูกกดขี่เป็นอิสระ

- การกดขี่ของผีมาร ไม่ว่าจะเป็นความกลัว, ทรมาน, การฆ่า
  ตัวตาย หรือความรุนแรง สามารถเกิดขึ้นได้ในขณะที่เรา
  เป็นตัวแทนของพระเจ้า ผู้คนเข้ามาในพันธกิจของเราทั้ง
  วันทั้งคืน ด้วยความต้องการที่รุนแรง ไม่ว่าจะเป็นวันไหน
  หรือเวลาไหน ถ้าวิญญาณของพระเจ้ากำลังเคลื่อน เราจะ
  เคลื่อนไปกับพระองค์ วางอย่างอื่นไว้หมดเพื่อรับใช้พวก
  เขา หลายคนได้รับการปลดปล่อยที่งดงามอย่างเป็น
  อิสระ แต่ละครั้ง เราได้วางชีวิตของเราเพื่อ "พี่น้อง" เรา
  เองก็ได้รับความงดงามอย่างอิสระมากขึ้นด้วย

ให้อาหารแก่ผู้หิวโหย

- พระเจ้าเอาใจใส่ พระองค์เตรียม พระองค์ต้องการพบกับ
  ความจำเป็นของผู้คน คือ ผู้ที่หิวโหยผ่านเรา การให้
  อาหารผู้หิวโหยเป็นงานที่ยาก ไม่สะดวกสบาย ผู้คนมักจะ
  ไม่รู้บุญคุณ และคนไม่มากจะสังเกตเห็น มันเป็นความ
  ยินดีเพียงเพราะเมื่อความรัก และวิญญาณของพระองค์
  กำลังไหลผ่านเรา เราต้องเอาเนื้อหนังออกไปทุกวันและ
  รับการเจิมของพระเจ้า เพื่อแตะต้องคนที่มีความจำเป็น
  ด้วยความรักความชื่นชมยินดี และพระเมตตาของพระองค์
  เราอาจเป็นกบฏ บ่นว่าและมีข้อแก้ตัว แต่ในขณะที่เรา
  ผลักออกไปลึกขึ้น ลงไปในการไหลลื่นของพระวิญญาณ
  ของพระองค์ เราจะพบกับชีวิต ชีวิตที่ฟื้นขึ้นจากความตาย
  ของพระองค์
- พระเจ้าได้ยินการอดอาหารแบบนี้

สวมใส่ให้ผู้ที่เปลือยเปล่า

- คุณสังเกตเห็นรูในรองเท้าของพระองค์หรือไม่ คุณได้เห็น
  เด็กหญิงตัวน้อยมองลงมา เพราะเธอรู้ว่าเสื้อผ้าของเธอ
  ขาดหรือไม่? คุณสามารถเห็นสิ่งที่พระเจ้าเห็นหรือไม่? คุณ
  สามารถจินตนาการไหม ถึงความรักที่พวกเขารู้สึกได้ ถ้า
  มีใครสักคนให้สิ่งที่พวกเขาจำเป็น? พวกเขาให้สิ่งนั้นด้วย
  สำแดงความกรุณาหรือไม่? ชีวิตของเขาจะไม่เหมือนเดิม
  อีกใช่หรือไม่? นั่นแหละ มันคือการอดอาหารที่แท้จริง!

นำพวกที่สังคมไม่ยอมรับเข้ามาในบ้านของคุณ

- สิ่งหนึ่งเกี่ยวกับคนที่สังคมไม่ยอมรับ คือ ไม่มีใครต้องการ
  พวกเขา...ยกเว้นพระเจ้า พระองค์ตายเพื่อพวกเขา นำคน
  แบบนี้เข้ามาในบ้านของคุณ เพื่อต้องการพระคุณพิเศษ ที่
  เพียงแต่เกิดขึ้นเมื่อพระเจ้าขอคุณให้ทำ มีความไม่สะดวก
  สบายมากมาย แต่เมื่อเราเลือกที่จะให้พระเจ้ารักผู้อื่นผ่าน
  ทางตัวเรา เราจะเปลี่ยนแปลงไปอย่างรวดเร็วเพียงใด

การเอาใจใส่ สำหรับเนื้อหนังของตนเอง

- เราทั้งหมดรู้ว่าบางครั้ง คนที่ยากที่สุดที่จะรักคือสมาชิก
  ครอบครัวในของเราเอง เราสามารถยุ่งมากในการทำ
  พันธกิจ หรือทำธุรกิจจนกระทั่ง เรามองข้ามคนที่อยู่ใกล้
  ตัวเราที่สุด เราจะทำพันธกิจความรักของพระเจ้าได้ไหม
  และเราสามารถเห็นความต้องการ และความจำเป็นของ
  พวกที่อยู่ในบ้านของเราเองหรือไม่?
- พระเจ้าไม่ได้พลาดสมดุลที่สำคัญนี้ต่อชีวิตของเราในบทนี้
  การเป็นแม่ที่ดี หรือ พี่ชาย ใหญ่ที่ยอดเยี่ยมสามารถเรียก
  ร้องการปฏิเสธตนเองจริงๆ น้องสาวเล็กๆ สามารถเป็นสิ่งที่

น่ารำคาญใจได้ และในเวลาที่เราพร้อมจะผ่อนคลายเสีย
ด้วย จงก้าวต่อไปปฏิเสธตนเองและรักเธอ ศิษยาภิบาลและ
ผู้รับใช้มากมายพลาดตอนนี้ไป และทุกข์ทรมานในผลลัพธ์
ต่อมาในชีวิต พระเจ้าจะเจิมคุณให้รักครอบครัวของคุณ
คุณจะมีคนมากมายที่เลี้ยงดูคุณอีกด้วย เรามีครูมากมาย
และผู้นำมากมาย แต่มี "พ่อ" และ "แม่" เพียงไม่กี่คน

**จงพบกับความต้องการของผู้ที่หิวโหย และดวงวิญญาณที่ทุกข์
ทรมาน**

- ดวงวิญญาณของผู้ที่หิวโหยไม่ต้องการความเห็นอกเห็นใจ
  ของเรา พวกเขาต้องการความเห็นอกเห็นใจในการรักษา
  โรคของพระเจ้า ความใจดีที่เต็มไปด้วยความรัก แต่มัน
  มักจะมีคนที่ยากที่สุดที่จะรัก พวกเขามักจะสร้างกำแพง
  ความโกรธและการปฏิเสธ และจะพยายามที่จะไม่ให้ใคร
  มาทำร้ายเขามากขึ้น สิ่งสำคัญที่พวกเขาจำเป็นต้องมี
  มากที่สุด คือ ความรักของพระเจ้า เราจะแสวงหาพระเจ้า
  จนกระทั่งเรามีสติปัญญา สิทธิอำนาจ และพระเมตตาที่จะ
  เอื้อมไปถึงพวกเขาหรือไม่? เราจะตรากตรำทำงานจน
  กระทั่งพวกเขาได้รับการรักษาโรคหรือไม่? สิ่งนี้เท
  วิญญาณของเราเองออกมา เพื่อพบกับความจำเป็นของ
  พวกเขา **นี่คือการอดอาหารที่แท้จริง**
- วิญญาณที่หิวโหยสามารถเรียกร้อง และทำให้เรา
  อ่อนเพลีย มันดูเหมือนพวกเขาไม่เคยเต็ม เราสามารถ
  เพียงแต่ให้สิ่งที่พระเจ้าให้กับเรา ขอให้เราแสวงหา
  พระเจ้าเพื่อการหลั่งไหลของพันธกิจของพระองค์ผ่านทาง
  ตัวเรา **ผู้คนต้องการพระเยซูผ่านทางเรา**

หยุด การกดขี่ หรือทำ "แอก ชี้นิ้ว และการพูดที่หยิ่งยโส"

แอก พันธนาการทางศาสนาที่เราสวมใส่ และวางไว้บนผู้อื่นด้วย

"ด้วยเขาเอาห่อของหนักวางบนบ่ามนุษย์
ส่วนเขาเองแม้แต่นิ้วเดียวก็ไม่จับต้องเลย"

มัทธิว 23:4

- อิสยาห์ 10:1; ลูกา 11:46; กิจการ 15:10; แต่งานของพวกเขาทั้งหมดที่ทำ ก็เพื่อมนุษย์จะได้เห็น คือ:
- การสอน, การฝึกฝน และข้อบังคับอาจนำมนุษย์ ให้เชื่อว่าเรายิ่งใหญ่เพียงใด แต่พวกเขาไม่ได้นำคนมาหาพระเยซู พวกเขาเป็นแอกและพันธนาการ พระเยซูเข้ามาเพื่อปลดปล่อย เขามาเพื่อเติมเต็มกฎเกณฑ์ผ่านทางพระเจ้าแห่งความรัก ไม่ใช่ผ่านทางกฎข้อบังคับ
- เราจำเป็นต้องมีหัวใจที่เปลี่ยนแปลง ที่จะเกิดขึ้นผ่านทางการพบปะกับพระเจ้าเท่านั้น จง **หยุด** มีชีวิตอยู่โดยใช้กฎข้อบังคับ ที่ไม่ได้มาจากพระเจ้า และบังคับใช้ให้คนอื่นทำตาม

นิ้ว การชี้นิ้วอย่างกล่าวหาไปยังผู้อื่น จับผิดและไม่ให้เกียรติ

เมื่อเรา **หยุด** ชี้นิ้ว และเริ่มอธิษฐานวิงวอน ให้พระเจ้าเคลื่อนในชีวิตของผู้คน พระองค์จะได้ยินเรา เราจะเริ่มใช้ชีวิตที่ให้เกียรติ การหนุนใจ การเสริมสร้าง เลี้ยงดู ปรนนิบัติรับใช้

คำพูดที่ไร้ประโยชน์ สิ่งที่ฟังดูเคร่งศาสนาเหมือน "พระคัมภีร์พูดได้"

ผู้คนต้องการจริง ๆ คือความโปร่งใส และความเห็นอกเห็นใจของพระเจ้าผ่านทางเรา **เราไม่มีคำตอบทั้งหมด** เมื่อเราแสร้งทำเป็นว่าเรามีคำตอบทั้งหมด เราทำร้ายผู้คนและเราทำร้ายพระเจ้า พระเจ้าเป็นคำตอบเดียว และพระองค์จะเป็นคำตอบผ่านทางเรา เมื่อเรา **หยุด** คำพูดที่ไร้ประโยชน์

ให้เกียรติวันซับบาธ และยินดีในสิ่งนี้ โดย:

- ไม่พูดด้วยคำพูดของตนเอง จงยินดีที่จะพูดพระคำพระเจ้า
- ไม่แสวงหาความสนุกสนานของตนเอง แต่ยินดีที่จะกระทำ ตามน้ำพระทัยของพระองค์
- ไม่แสวงหาในวิถีทางของตน จงยินดีที่จะค้นหาหัวใจของ พระองค์ และรู้ถึงวิถีทางของพระองค์

นี่คือวิถีทางที่พระเยซูมีชีวิตอยู่

> *พระเยซูตรัสกับเขาว่า "เราบอกความจริงแก่ท่านทั้ง หลายว่า พระบุตรจะกระทำสิ่งใดตาม ใจไม่ได้ **นอกจากที่ได้เห็นพระบิดาทรงกระทำ** เพราะสิ่ง ใดที่พระบิดาทรงกระทำ สิ่งนั้นพระบุตรจึงทรง กระทำด้วย"*

ยอห์น 5:19

> *"เพราะเรามิได้กล่าวตาม ใจเราเอง แต่ซึ่งเรากล่าว และพูดนั้น พระบิดาผู้ทรง ใช้เรามาพระองค์นั้น ได้ทรงบัญชา ให้แก่เรา"*

ยอห์น 12:49

> *"เพราะว่าพระดำรัสที่พระองค์ตรัสประทาน ให้แก่ข้า พระองค์นั้น ข้าพระองค์ได้ให้เขาแล้ว และเขาได้ รับไว้ และเขารู้แน่ว่าข้าพระองค์มาจากพระองค์ และเขาเชื่อแล้วว่า พระองค์ได้ทรง ใช้ข้า พระองค์มา"*

ยอห์น 17:8

เราอาจจะไม่รังเกียจที่จะกระทำตามน้ำพระทัยพระเจ้า ถ้าเรา
สามารถทำมันในวิถีทางของตนเอง

นี่คือวันพักผ่อนซับบาธ ที่เราสามารถจะเข้าไปได้ ฮีบรูบทที่ 4
กล่าวว่า บางคนต้องเข้าไปแม้ว่า พวกเขาจะไม่เข้าไปข้างในเพราะ
การบ่นว่าและความไม่เชื่อของพวกเขา เราวางใจพระองค์หรือไม่
เมื่อความสามารถของเราเหือดแห้งไป หรือเราบ่นว่า หรือไม่? เมื่อ
สิ่งต่าง ๆ เริ่มมองดูไม่ดี เราสามารถประกาศพระคำลงไปใน
สถานการณ์ และเราเพียงแต่พัก หรือไม่?

> *"ฉะนั้นจึงยังมีการพำนักสะบาโตสำหรับชนชาติของ*
> *พระเจ้า เพราะใครก็ตามที่เข้าสู่การพักของ*
> *พระเจ้า เหมือนกับที่พระองค์ได้พักจากงานของ*
> *พระองค์"*

ฮีบรู 4:9

มีสถานที่ในพระเจ้า ที่ ๆ เรากำลังกระทำงานของพระองค์ในกำลัง
ของพระองค์ เราเริ่มมีแม่น้ำที่ไหลผ่านเรา ที่ให้เราได้พักผ่อนแม้ว่า
เพื่อร่างกายของเรา แต่ประการแรก เราต้อง **หยุด** การใช้แรงงาน
ของเรา พระเจ้าสามารถฝึกเรา ถ้าเราขอต่อพระองค์

ตอนนี้... เราเริ่มก่อร่างขึ้นด้วยกันกับพระเจ้า... และนำ
อาณาจักรของพระองค์เข้ามาสู่โลก

อิสยาห์ 58:12-14
จงสร้าง สถานที่ ๆ เก่าแก่และรกร้าง

- ศัตรูมาเพื่อลัก ฆ่า และทำลาย แต่พระเยซูมาเพื่อให้ชีวิตที่
  ครบบริบูรณ์มากขึ้น ชีวิตที่ครบบริบูรณ์ในเรานี้ เริ่มขึ้น

เพื่อ "ทำให้ทั้งหมดเป็นสิ่งใหม่" ซึ่งเป็นสถานที่ ๆ ซึ่งเป็น
ทั้งฝ่ายวิญญาณและฝ่ายธรรมชาติ ที่ได้ถูกวางไว้อย่างสูญ
เปล่ามาหลายรุ่นชน และจะถูกสร้างขึ้นผ่านทางผู้คนที่เต็ม
ไปด้วยวิญญาณของพระเจ้า และอาณาจักรของพระองค์
พระองค์รู้ถึงวิธีที่จะนำพาสถานที่ ๆ สูญเปล่านี้ และทำให้
มันเป็นสวนที่มีผลไม้มากมาย

- เราได้มีประสบการณ์หลายครั้งมาก เมื่อเราไปยังพื้นที่ ๆ
มีความต้องการมากมาย และเราจะชำระและซ่อมแซมใน
ทางธรรมชาติ ที่พระเจ้าจะได้นำเอาอิสรภาพในอาณาจักร
ฝ่ายวิญญาณเข้ามา

เลี้ยงดูให้รากฐานเติบโต ในหลายรุ่นชน

- ผู้คน ครอบครัว และชุมชน มีรากฐานที่ต้องแตกสลาย ซึ่ง
มักจะมีประวัติศาสตร์ที่ยาวนาน ในเรื่องเหตุการณ์ที่เกิด
บาดแผลทางจิตใจ ที่ได้ประกอบให้เกิดเป็นโครงสร้าง
ของสังคม พวกเขามักจะมีตัวตนของเหยื่อ และไม่ใช่ผู้ที่
อยู่เหนือกว่ารากฐานเหล่านี้ของชีวิต และชุมชนนี้สามารถ
เลี้ยงดูขึ้นมาใหม่ โดยผ่านทางผู้คนของพระเจ้า พวกเขา
สามารถมีรากฐานที่มั่นคงอีกครั้งหนึ่ง และมีตัวตนใหม่
เพื่อสร้างตัวเองขึ้นอีกครั้ง อันมีพื้นฐานมาจากการยกโทษ
การคืนดี และการฟื้นฟู

ซ่อมแซมรอยแตก

- รอยแตกคือช่องว่างของสิ่งที่แตกสลาย ในกำแพงหิน ซึ่ง
ยอมให้เกิดการเข้าถึงอย่างอิสระ ไปสู่นักล่าและศัตรู ใน
บางครั้ง เราเรียกพวกมันว่า "ประตูที่เปิดสำหรับศัตรู" ถ้า
ผู้คนกำลังเชื่อคำมุสา เป็นการง่ายที่จะพุ่งเป้าไปยังพวกเขา
ในสดุดี 91:4 ความจริงของพระองค์ คือ โล่และหัวเข็มขัด

(เราใช้ทั้งสองสิ่งในการปกป้องตนเองจากศัตรู) เมื่อผู้คน
กำลังพลาดหลักการของอาณาจักรพระเจ้า มันจะมีช่องว่าง
เราสามารถยอมให้พระเยซูเติมเต็มช่องว่างเหล่านั้นด้วย
ความจริงหรือไม่ เพื่อผู้คนจะสามารถยืนอยู่ในอิสรภาพได้?

ฟื้นฟูเส้นทางเพื่ออาศัยอยู่

- เส้นทางหนึ่งได้ถูกสร้างขึ้นจากเท้าหลายคู่ ที่ไปยังที่ ๆ
  พวกเขามักจะไป มันเป็นนิสัยของผู้คน ชีวิตในทุกวัน ในที่
  ๆ พวกเขาอยู่และวิธีที่เขาใช้ชีวิตทุกวัน สำหรับหลายคน
  ครั้งหนึ่งมีเส้นทางหนึ่งที่พวกผู้คนอาศัยอยู่แต่พวกเขาหลง
  ทาง เหมือนกับพวกชนเผ่าพื้นเมืองอเมริกันอินเดียนที่รัก
  ของเรา สำหรับคนอื่น ๆ มันยากที่จะมีชีวิตอยู่โดยไม่มี
  อาหาร น้ำ หรือทรัพยากรเพียงพอ การปีนเขาสามไมล์เพื่อ
  หาน้ำทุกเช้า และไปยังแม่น้ำที่เต็มไปด้วยโคลนใน
  ไนจีเรีย ได้ทำให้เกิดเส้นทางหนึ่งขึ้นมา มีบ่อน้ำเชิง
  พาณิชย์ที่มีขนาดใหญ่ ซึ่งตอนนี้ได้รับ ใช้ผู้คนมากกว่า
  10,000 คน และได้ทำให้เส้นทางนั้นสั้นลง และน้ำไม่ได้
  ทำให้พวกเขาป่วยด้วย ตอนนี้พวกเขารู้แล้วว่ามีพระเจ้า
  ในสวรรค์ที่ห่วงใยพวกเขา
- การฟื้นฟูผู้คน, ครอบครัว, หมู่บ้าน และชุมชนที่แตกสลาย
  นั้นใกล้ชิดกับหัวใจของพระบิดา สุขภาพและโภชนาการที่
  ย่ำแย่ ทำให้เส้นทางของชีวิตคุณแม่สักคนหนึ่งสั้นเข้า ลูก
  ๆ ของเธอจะต้องเลี้ยงดูตนเอง สำหรับผู้คนที่อาศัยอยู่และ
  ต้องต่อสู้ พระเยซูต้องการนำการเกษตร, สุขาภิบาล, น้ำ
  สะอาด, สุขอนามัย และความสะอาด, ธุรกิจเล็ก ๆ, การ
  ศึกษา และการพัฒนาชุมชนมา ให้กับพวกเขา
- พระเจ้าต้องการผู้คนที่อยู่ในการสถิตของพระองค์ และ
  เดินในวิถีแห่งความชอบธรรม และนำอาณาจักรของ
  พระองค์มายัง "ชนเผ่า และประชากร และภาษาทั้งหมด"

“พระองค์ทรงสำแดงวิถีแห่งชีวิตแก่ข้าพระองค์
ต่อพระพักตร์พระองค์มีความชื่นบานอย่างเปี่ยมล้น
ในพระหัตถ์ขวาของพระองค์มีความเพลิดเพลินอยู่
เป็นนิตย์”

สดุดี 16:11

“ทรงฟื้นจิตวิญญาณของข้าพเจ้า
พระองค์ทรงนำข้าพเจ้า ไปในทางชอบธรรม
เพราะเห็นแก่พระนามของพระองค์”

สดุดี 23:3

ความสว่าง, สุขภาพ, ความชอบธรรม, พระสิริ: นี่คือมรดกของผู้คนของอิสยาห์ ในบทที่ 58

ถ้าเจ้าทำอย่างนี้แสงของเจ้าก็จะส่องสว่าง
เหมือนรุ่งอรุณ
บาดแผลต่างๆของเจ้าจะหายอย่างรวดเร็ว
พระองค์ผู้ให้ชัยชนะกับพวกเจ้าจะนำหน้าพวก
เจ้าไป
และสง่าราศีของพระยาห์เวห์ก็จะเป็นทหารเฝ้า
ระวังหลัง ให้กับเจ้า 9 แล้วเจ้าก็จะเรียกขอความ
ช่วยเหลือและพระยาห์เวห์ก็จะตอบ
เจ้าจะร้องขอ และพระองค์จะพูดว่า ‘เราอยู่นี่
ถ้าเจ้าขจัดแอกของการกดขี่ไปจากสังคมของเจ้า
หยุดชี้หน้ากัน และหยุดพูด ใส่ร้ายป้ายสีกัน
10 ถ้าเจ้า ให้อาหารของเจ้ากับคนหิว โหย และช่วย
คนที่ถูกข่มเหงจนไม่ขาดอะไรเลย
เมื่อนั้นแสงสว่างของเจ้าก็จะส่องขึ้นมา ในความ

มืด และความมืดสลัวของเจ้าก็จะกลายเป็นเที่ยง
วัน

อิสยาห์ 58:8-10

"และพระเจ้าจะนำเจ้าอยู่เป็นนิตย์
และให้เจ้าอิ่มด้วยของดี และเจ้าจะเป็นเหมือนสวนที่
มีน้ำรด
และกระทำให้กระดูกของเจ้าแข็ง
และเจ้าจะเป็นเหมือนสวนที่มีน้ำรด
เหมือนน้ำพุ ที่น้ำของมันไม่ขาด"

อิสยาห์ 58:11

"แล้วเจ้าจะได้ความปีติยินดี ในพระเจ้า
และเราจะให้เจ้าขึ้นขี่ อยู่บนที่สูงของแผ่นดินโลก
และเราจะเลี้ยงเจ้าด้วยมรดกของยาโคบบิดาของ
เจ้า
เพราะโอษฐ์ของพระเจ้า ได้ตรัสแล้ว"

อิสยาห์ 58:14

- พระเจ้าประกาศผ่านอิสยาห์ว่า เราจะเป็นเหมือนกับสวนที่
  มีน้ำ ที่ทำให้เกิดความพึงพอใจเต็มขนาด และไม่เคย
  เหือดแห้ง
- พระเจ้าได้ประกาศว่า เราจะปรีดิ์เปรมในพระเจ้า พระองค์
  จะนำเราอย่างต่อเนื่อง คือ เราจะไม่ขาด สำหรับการนำ
  ทิศทางที่ดีของพระองค์
- พระเจ้าได้ประกาศว่า เราจะมีความสว่างเต็มเหมือนเวลา
  กลางวัน ที่เราจะลุกขึ้น และจะมีคนมากมายเห็นความ
  สว่างของเรา (จงอ่าน **อิสยาห์ บทที่ 60**)

- พระเจ้าบอกว่า พระองค์จะให้อาหารแก่เราด้วยสิ่งที่
  พระองค์ได้สัญญาไว้กับยาโคบ
- พระเจ้ากล่าวว่า แล้วเราจะขึ้นไปบนที่สูงบนโลก ...กับ
  พระองค์

ปากของพระองค์เองประกาศความอุดมสมบูรณ์ พระพร, ความ
โปรดปรานในที่สูง, ความโปรดปรานกับพระเจ้า และประสบการณ์
ฝ่ายวิญญาณกับพระองค์ ทั้งหมดนี้ที่พระเจ้าหมายถึงจริง ๆ ก็คือ
เราจะมาถึงสิ่งนี้ได้ด้วยการเรียนรู้ที่จะทำตัวให้ต่ำลง และรับใช้ให้ดี
ขึ้น และรักอย่างแข็งแกร่งขึ้น และมีความเชื่อมากขึ้น...เพื่อผู้อื่น

เพราะปากของพระเจ้าได้พูดแล้ว

นี่คือบทหนึ่งที่พระเจ้า "ได้เซ็น" ชื่อของพระองค์ เป็นการส่วนตัวไว้
แล้ว

วลีนี้ถูกใช้ 4 ครั้ง ในพระคัมภีร์ทั้งเล่ม

พระสัญญานี้ได้ลงชื่อสลักไว้ โดยพระเจ้า

**สวรรค์ทั้งมวลยืนขึ้นเบื้องหลังพระคำเหล่านี้ เพื่อทำให้สิ่งนี้ออกมา
เป็นการกระทำ**

ทบทวน: ผลกระทบของอิสยาห์ บทที่ 58

1. ผู้พยากรณ์อิสยาห์ต้องยกเสียงขึ้นเหมือนกับแตร เพราะว่า:
ก. ผู้คนอยู่ไกลกัน
ข. พวกเขาไม่สามารถได้ยิน สิ่งที่พระเจ้ากำลังพูดกับพวกเขา
ค. พวกเขาอาศัยอยู่ในภูเขา
ง. เพื่อนบ้านได้เล่นเพลงเสียงดัง

2. พระเจ้ามักจะได้ยินเรา เมื่อเราอดอาหาร แสวงหาหน้าของ
พระองค์และนมัสการ
ก. ถูกต้อง
ข. ผิด

3. "คุณอดอาหารเพื่อแลกหมัด และโต้แย้งนั้นหมายถึง:
ก. มีท่าที "มองดูที่ตัวฉัน"
ข. ความหยิ่งยโส และการแข่งขันระหว่างผู้นำของพระเจ้า
ค. เต็มใจที่จะต่อสู้ เพื่อความถูกต้อง
ง. ถูกทุกข้อ

4. กลุ่มคนที่ชั่วร้าย จะถูกทำลายได้อย่างไร?

ก. มีสไตล์ชีวิต ในการอดอาหาร
ข. อธิษฐานดังขึ้น และยาวขึ้น
ค. การยกสมบัติทั้งชีวิต
ง. นั่งลงในเถ้าถ่าน และสวมผ้ากระสอบ

5. ให้อาหารแก่ผู้ที่หิวโหยในอิสยาห์ 58:6 นั้นหมายถึงทำการ
เทศนาเพื่อผู้อื่นเท่านั้น
ก. ถูกต้อง
ข. ผิด

6. เอาใจใส่กับเนื้อหนังของตนเอง หมายถึง
ก. แปรงฟัน ก่อนพบกับผู้คน
ข. ดูแลครอบครัวของตนเองด้วยความรักของพระเจ้า
ค. เห็นอกเห็นใจต่อผู้อื่น
ง. นอนเพียงพอ ในตอนกลางคืน

7. เราสามารถให้เกียรติ ในวันสะบาโต โดย
ก. ไม่ต้องกิน ในวันนั้น
ข. ไปคริสตจักรหลายแห่ง
ค. ยินดีที่ได้ทำตามน้ำพระทัย และพูดพระคำของพระองค์
ง. ได้พักเป็นพิเศษ ในวันนั้น

8. การกระทำด้วยความใจเมตตา ในลักษณะที่ปฏิบัติได้จริง
สามารถมีผลฝ่ายวิญญาณที่ยิ่งใหญ่
ก. ถูกต้อง
ข. ผิด

9. อะไรคือ การฝ่าฝืนกฎ?
ก. แมลงเล็ก ๆ ในน้ำ
ข. แถบหนังซึ่งผูกติดอยู่กับอาวุธของนักรบ
ค. วงกลมที่มีสีชัดเจน ที่ใช้ในการฝึกยิงเป้า

ง. ช่องว่างของความจริงในชีวิตของผู้คน ซึ่งยอมให้มีการเข้าถึง
ศัตรู

10. ฟื้นฟูเส้นทางที่จะอาศัยอยู่
ก. ช่วยเหลือครอบครัวและชุมชนที่แตกสลาย เพื่อรื้อฟื้นและให้
เจริญเติบโตดี
ข. สร้างบ้าน บนถนนหลัก
ค. ติดตั้งสัญญาณหยุดอันใหม่ เพื่อความปลอดภัย

11. สร้างพื้นฐานของชนหลายรุ่น หมายถึง
ก. ให้ตัวตนใหม่แก่ผู้คน ซึ่งที่นั่น เขาสามารถสร้างอนาคตได้
ข. สอนความจริง ซึ่งเติมในช่องว่างฝ่ายจิตวิญญาณ
ค. ให้การศึกษาที่ดีแก่ลูก ๆ ของคุณ
ง. ถูกทุกข้อ

12. นำเข้ามาซึ่งอาณาจักรพระเจ้าไปยังหมู่บ้าน ซึ่งเกี่ยวพันกับความ
จริง และหลักการฝ่ายวิญญาณเท่านั้น
ก. ถูกต้อง
ข. ผิด

13. ในบทนี้ เมื่อเราปฏิเสธตัวตนของเราที่จะรักผู้อื่น พระเจ้าสัญญา
ว่า
ก. เราจะรวย
ข. เราจะยิ่งใหญ่ที่สุดในอาณาจักรของพระองค์
ค. เราจะเหมือนกับสวนที่มีผลดก ไม่เคยเหือดแห้ง
ง. เราจะมียวดยานใหม่ที่สุด ซึ่งเราจะอ้างสิทธิ์ได้

14. อิการอดอาหารใน อิสยาห์ 58 ปลดปล่อยสิ่งที่พระเจ้าได้สัญญา
ต่อยาโคบ
ก. ถูกต้อง
ข. ผิด

15. ใครเซ็นชื่อของพระองค์ลงไปยังสัญญา ในบทนี้หรือ?
ก. เยเรมีห์
ข. โยเอล
ค. พระเจ้า
ง. อิสยาห์

เฝ้าเดี่ยว วันที่ 6

ผลกระทบของอิสยาห์ 58 ในการดำเนินงาน

มีครอบครัวหนึ่งที่อยู่ในเมืองของเรา และได้มาที่คริสตจักรของเราสองสามครั้ง พวกเขามีลูกแฝดอายุ 4 ขวบ และภรรยากำลังอุ้มท้องลูกคนต่อมา สามีมีงานที่มั่นคง แต่รายได้ของเขาไม่เพียงพอกับค่าใช้จ่ายทั้งหมด พวกเขาเริ่มสงสัยว่าพระเจ้าเอาใจใส่พวกเขาไหม หรือ พระองค์มีอยู่จริงไหม

ณ ช่วงที่อารมณ์ตกต่ำที่สุด ข้อศอกที่อ่อนโยนของพระวิญญาณบริสุทธิ์ได้เข้ามาในหัวใจของฉัน พระองค์กล่าวว่า "จงนำกล่องของชำที่เก็บไว้ในร้าน ไปให้ครอบครัวนี้" ฉันได้พบกับพวกเขาแล้วและรู้ว่าพวกเขาอยู่ที่ไหน

เมื่อเราพบกันที่ประตู และฉันได้แบ่งปันความรักของพระเจ้ากับพวกเขา ในลักษณะที่ปฏิบัติได้นี้ ฉันได้บอกกับพวกเขาว่า "อาหารนี้คือความรักของพระเจ้าสำหรับคุณ กรุณาอย่าขอบคุณฉัน โปรดขอบคุณพระเจ้าค่ะ"

เราได้พัฒนาความสัมพันธ์ที่ใกล้ชิดกัน ที่ยืนยาวมาเป็นเวลาหลายปี และต่อมาพวกเขาบอกฉันว่า พวกเขาแทบจะรอไม่ได้ที่จะปิดประตู ก่อนที่จะร้องไห้โฮด้วยความขอบพระคุณ และสำนึกบาปที่

พวกเขาสงสัยในพระเจ้า เท่าที่ฉันรู้ พวกเขาไม่เคยสงสัยความรัก
ของพระเจ้าอย่างนั้นอีกเลย

เมื่อพระเจ้าอวยพรผู้คนผ่านทางมือของเรา ในลักษณะที่ปฏิบัติได้
ซึ่งแสดงความรักและการจัดเตรียมของพระองค์ และพวกเขาเปิด
หัวใจที่จะคุยและขอบพระคุณพระองค์ สิ่งนี้เป็นการเปิดการสื่อสาร
กับพระเจ้า พระบิดา และนั่นนำพวกเขาให้คุยกันบ่อยขึ้นกับพระเจ้า
และพวกเขาเรียนรู้ที่จะหันไปหาพระองค์แทนที่จะต่อต้านกับ
พระองค์

กุญแจที่เป็นคำตอบ

ความสุขอย่างยิ่ง

ความสุขอย่างยิ่งหายไปไหน?

คำตอบ: ผู้นที่มีจิตใจอ่อนโยน มีเกียรติจริงๆ

ทบทวน: พระเจ้า พระองค์ได้กำหนดสันติสุขสำหรับเรา

1. ผิด

2. ค. ยอมรับสันติสุข ที่พระเจ้าให้กับเรา

3. ก. ละทิ้งมัน

4. ค. รับความจริง

5. ข. พระคำของพระเจ้าอยู่ในเรา และพระองค์เป็นผู้ที่รักษาเราจากความกลัว

6. ถูกต้อง

7. ผิด

8. ค. เราขุดหาอดีต หรือ เราอยู่ในบาป

9. ถูกต้อง

10. ผิด

ทบทวน: การปฏิวัติความขัดแย้ง

1. ก. ความขัดแย้ง

2. ถูกต้อง

3. ถูกต้อง

4. ง. ถูกทุกข้อข้างต้น

5. ผิด

6. ข้อใดก็ได้ด้านล่างนี้

ก. ขอให้มีความเห็นอกเห็นใจอย่างลึกซึ้ง สำหรับผู้ที่รุกรานหัวใจ
ของคุณ

ข. ขอให้พระเจ้ารักษาคุณจากประเด็นในอดีต ซึ่งเกิดขึ้นเป็นข้อขัด
แย้งในปัจจุบัน

ค. เรียนรู้จักด้วยความรักของพระเจ้า

ง. ตระหนักถึงนิสัยและการเสพติดว่า กำลังมีอิทธิพลกับความ
สัมพันธ์ของคุณอย่างไร

7. ค. สัญญาที่คุณทำ

8. ผิด

9. ถูกต้อง

10. ผิด

11. ผิด

12. เลือก 4 คำ ซึ่งให้คำจำกัดความ ของความรักที่ไม่มีเงื่อนไข

ก. ด้วยหัวใจทั้งหมด

ค. ไม่จำกัด

ง. ไม่จำกัด

จ. ไม่ได้สงวนไว้

13. ผิด

14. จงเลือก 4 ข้อ เพื่อโต้แย้งอย่างยุติธรรม

ข. ฟังด้วยความเคารพ

ค. ยึดอยู่กับจุดสำคัญ อย่าหันเห

ฉ. ตอบสนอง ไม่โต้ตอบ

ช. อย่าโต้แย้ง เมื่อโกรธ

15. ค. ฉันเสียใจ ฉันผิดเอง

16. ง. ของพระเจ้า

ทบทวน: สรรเสริญและนมัสการ

1. ถูกต้อง

2. ผิด

3. ถูกต้อง

4. ดูแล, การสถิต, การรักษาโรค, การฟื้นฟู

5. บริสุทธิ์, หัวใจ, ความละอาย

6. ใช่

7. ถูกต้อง

8. ผิด

9. เลือกแล้ว, ทำให้แข็งแกร่ง

10. อาณาจักรของวิญญาณ

11. ง. ถูกทุกข้อ

12. ค. เล่นด้วยความมั่นใจในตนเอง อย่างกับนักดนตรีที่ยิ่งใหญ่

13. ชมเชย, คาดหวัง, ช่วย

14. ข. ตะโกนไปที่ผู้ร่วมชุมนุม

คำถาม: สงครามฝ่ายวิญญาณ

1. ถูกต้อง

2. พระเจ้าไม่ได้อยู่ฝ่ายเรา – เราอยู่ฝ่ายพระองค์

3. ถูกต้อง

4. ผิด

5. ผิด

6. ก. ไม่เคลื่อนในข้อสันนิษฐาน

7. ง. ถูกทุกข้อ

8. ถูกต้อง

9. ถูกต้อง

10. ง. ถูกทุกข้อ

11. ถูกต้อง

12. ถูกต้อง

13. ง. ถูกทุกข้อ

14. ข. ปฏิเสธ, สำนึกบาป หรือเดินหนีไป

15. ถูกต้อง

ทบทวน: อิสยาห์บทที่ 58

1. ข. พวกเขาไม่สามารถได้ยิน สิ่งที่พระเจ้ากำลังพูดกับพวกเขา

2. ถูกต้อง

3. ง. ถูกทุกข้อ

4. ใช้ชีวิตอยู่ในไลฟ์สไตล์การอดอาหาร

5. ผิด

6. ค. มีความเห็นอกเห็นใจในผู้อื่น

7. ค. ยินดีที่จะกระทำตามน้ำพระทัยของพระองค์ และพูดพระคำของพระองค์

8. ถูกต้อง

9. ง. ช่องว่างของความจริงในชีวิตของผู้คน ซึ่งยอมให้มีการเข้าถึงศัตรู

10. ก. ช่วยเหลือครอบครัว และชุมชนที่แตกสลาย ให้รื้อฟื้นและเจริญเติบโต

11. จ. ถูกทุกข้อ

12. ผิด

13. ค. เราจะเป็นเหมือนกับสวนที่มีผลไม้ดก และไม่เคยเหือดแห้ง

14. ถูกต้อง

15. ค. พระเจ้า

คำขอบคุณ:

Special thank you to the artists for the use of the following pictures:

BEATITUDES:

Artist: Larry Cole
- The Love Story

Artists: David Chika Onoh, Jackson Muthoni
- The Beatitudes

Artist: Rebecca Brogan
- Its Time to Go Home Now

LORD, YOU HAVE ORDAINED PEACE FOR US

Artist: Rebecca Brogan
- Jesus my Ransom
- Please Let Me Love Your Pain Away

PRAISE AND WORSHIP

- Through Fire and Water Praise Comes Forth
- The Anointing Series
- Home Is Where Your Heart Is
- The Army of The Lord Advancing

SPIRITUAL WARFARE:

Artist: Rebecca Brogan
- Vindication
- Kept Safe in The Hands of God
- Spiritual Warfare

IMPACT OF ISAIAH 58:

Artist: George Thomas
- Love the Family
Artist: Gilbert Dudley
- Armor of Christ Amor of Antichrist

Special thanks to Rebecca Brogan - artist
Rebecca Brogan website: www.jtbarts.com

www.ingramcontent.com/pod-product-compliance
Lightning Source LLC
Chambersburg PA
CBHW071145120626
46546CB00006B/2136
9781955759380